Tập Truyện

KHUÔN MẶT

Tập Truyện

KHUÔN MẶT

HỒ ĐÌNH NGHIÊM

Thiết kế bìa:
Uyên Nguyên Trần Triết

Dàn trang:
Công Nguyễn

NHÀ XUẤT BẢN
NHÂN ẢNH 2024

ISBN: 9798330200573

HỒ ĐÌNH NGHIÊM

KHUÔN MẶT

tập truyện

NHÂN ẢNH 2024

NĂM CANH

Anh chưa có dịp nhìn thấy hoa quỳnh nở. Giống hoa kia luôn khai mở giữa canh khuya? Vợ chồng người bạn vẫn thường gọi điện, hẹn hò đến nhà họ ngắm hoa thưởng trà và khi nghe anh than, họ đùa kiếp trước bạn làm một đoá quỳnh hương. Sự ví von kia hẳn là sai lạc, bởi nói về hoa chẳng ai liên tưởng và áp đặt vào phận một đứa con trai, một thằng đàn ông, một thứ giống đực. Ma cà rồng cũng sinh hoạt về đêm vậy, sát thủ hoặc bọn tội phạm cũng mặn bóng tối để lấy đêm làm ngày mà thi triển bao thủ đoạn ám muội. Và mèo, giữa thanh thiên bạch nhật đời nào nó chịu nhảy lên máng xối khản giọng rù quến bạn tình.

Người ta đưa ra hai cách, chọn một trong hai: Công ty mở thêm chi nhánh ở thành phố khác, sẽ bao phí tổn khi di dời. Nhược bằng muốn trụ ở đây bạn phải làm ca đêm. Tiền kiếp của loài hoa quỳnh khởi sự là thế. Không có phương cách thứ ba? Có chứ, từ chối cả hai để vô công rồi nghề.

Hoặc làm bảy nghề theo cách hiểu chữ nôm: Thất nghiệp! Như thế thì buộc phải héo người, những cách rụng và tàn úa một đời hoa, một hạn người.

Ra đi cũng lắm người, Tây Mễ Phi Tầu Việt nhưng nán ở, may cho anh còn có Nancy. Chỉ là danh xưng thôi, cho khỏi trẹo mồm, với anh muôn đời vẫn là Nguyệt. Từ khi trăng là nguyệt mà cũng lắm bận nguyệt là nancy. Trăng tròn hoặc khuyết và nhiều đêm chị hằng chẳng rõ trốn đi đâu. Anh từng ngó lên một bầu trời không trăng sao. Đêm nay là một bằng chứng, đêm thắp sáng màu tuyết trắng, không biết Nguyệt đã chui ra khỏi chăn mền?

Cả anh và Nguyệt rất không ưa mó tay vào điện thoại, theo thoả thuận ngầm anh sẽ âm thầm đậu xe ngay trước cửa nhà Nguyệt vào 9 PM. Mười giờ tối người và máy cùng khởi động, xập xình ru đời nhau nhé tới năm giờ sáng mới chịu tắt thở. Nguyệt nói, cám ơn anh, không có anh thấy rõ sự u ám. Anh ca cải lương, còn ra thể thống gì khi anh phải để cho ai kia làm thân gái dặm trường; một mình nàng giữa canh thâu là điều cần tránh. Nguyệt giấu cảm xúc bằng cách mua một bình thuỷ lớn, cô pha cà phê thơm dàng trời để đổ vào giữ nhiệt rồi biết xuống sáu câu: Tránh đêm dài lắm mộng, anh có táo bón, mặt nổi mụn hoặc nhồi máu cơ tim thì đừng vu oan cho Nguyệt. Anh ca thầm, ra ngoài lời thoại trong kịch bản: Đôi lúc người ta sẵn lòng chết cho những ân cần dù bé mọn. Juliet uống độc dược hàng nhái, chỉ vài canh giờ sẽ hồi sinh và vấn nạn nằm ở chỗ Romeo đã không nhận được thông tin. Lưới trời lồng lộng tuy thưa mà khó thoát là vì vậy. Nếu cả hai đều sống sót? Chuyện chẳng còn gì đáng nói. Hoa nở ra mà hoa không mùi.

Tuy biết Nguyệt chuyên cần làm sẵn bình cà phê luôn mang theo nhưng anh, trên đường đến chỗ Nguyệt, vẫn thường ghé mua một ly cà phê đậm đặc, ở ngoài họ chú thích "Coi chừng nóng phỏng tay". Cái sự nóng bỏng kia sẽ trở thành nguội ngắt khi Nguyệt xuất hiện và bao giờ cô cũng hỏi khi mở cửa: Anh đến lâu chưa?

Anh đậu xe ở chỗ thuận tiện, dễ cho ai đứng sau vuông cửa đèn vàng ở lầu một trông xuống dòm chừng. Một ngày nào địa điểm này thôi còn bóng dáng chiếc xe quen mắt lấm bùn lầy, chẳng rõ Nguyệt có gọi taxi? Anh ngước mắt lên, cửa có hai tấm kính trông như một cuốn sách đang mở. Mùa hè, tấm màn phía sau được vén, ẩn hiện trang sách viết về cách thay đổi xiêm y của một nữ nhân đầy vui thú; các mùa còn lại thường màn che trướng rũ, trăng lặn mà Vân Tiên dài cổ hổng thấy Nguyệt Nga đâu.

Nguyệt sang bên này đã lâu, trước anh những năm mùa lá rụng. Nguyệt kể ban đầu cô ở Đan Mạch, một đêm xấu trời lái xe bị lạc chẳng nhìn ra phương hướng, thời gian đó chưa có máy định vị, chưa ai phát minh ra điện thoại thông minh, Nguyệt tấp xe vào một quán ăn đang tới giờ đóng cửa, cô tìm tới buồng điện thoại công cộng lật giở cuốn niên giám tìm mẫu tự N. Anh biết sao không? Nguyệt hỏi rồi tự trả lời, vì theo thống kê Nguyệt được biết người Việt đa số đều mang họ Nguyễn. Đêm ấy, trong cuốn niên giám ở xứ Đan Mạch xa ngái ấy, hiện ra bốn người bắt đầu bằng chữ Nguyen. Hai trong bốn không có ai bắt phone, người thứ ba nhấc máy, phụ nữ giọng Bắc: Cô gọi nhầm số. Moi tiền xu nhét vào khe để cá cược lần cuối. Chuông reo, chuông reo…

Đoạn đường tới chỗ làm không đủ dài cho chuyện kể tròn đầy, nhưng anh, trong lúc lao động anh thừa sức để viết tiếp, hoàn thiện một chương nói tới định mệnh, rằng cái nhân vật thứ tư, một ông Nguyễn nào đó đã đêm hôm cởi áo làm Lê Lai liều mình cứu chúa, mang Nguyệt thoát ra khỏi trùng vây và họ đã gây nên một tiếng sét, một phút đầu tinh tú quay cuồng. Anh đã từng bắt tay người đó, người sợ ngôn ngữ Đan Mạch nhưng không ngại ngần để anh thồ Nguyệt hằng đêm đến sở. Anh vui vẻ chở người bạn đồng nghiệp, kín miệng chẳng buồn hỏi vì sao khi ta chửi thề, có người trách đừng nên xổ ra tiếng Đan Mạch. Xem mặt mà bắt hình dong. Câu ấy rõ là hàm hồ. Nếu anh đóng vai chồng, anh sẽ hoài nghi tất thảy những thằng đàn ông khác, bởi đêm hôm quạnh vắng thứ không gian đó sẽ thích hợp cho hoa quỳnh uốn thân khai hoa nở nhuỵ. Và tại sao lại hiện ra thành ngữ "Đêm hôm nhà ngói cũng như nhà tranh"? Ngói hay tranh cũng không sống qua được với thần hoả. Cháy nhà ra mặt chuột. Nhiệm vụ cơ bản mà con người luôn tự đấu tranh, ấy là cố giữ mình khác hẳn các loài vật. Chuột là từ mà người bản xứ dùng nhằm nói đến những kẻ phản bội, đứa tráo trở, tên nằm vùng, hạng sẵn lòng bán đứng người gia ơn.

Hôm nay ngoài thức uống là cà phê cho anh tỉnh táo, Nguyệt còn mang cho anh sáu cuốn chả giò tôm cua vừa chiên lúc bẩy giờ chiều. Con gái Nguyệt trách: Mẹ bủn xỉn quá, có ai đáng yêu như chú ấy đâu. Nó đã lén gói thêm một cái bánh muffin cho chú ấy ăn tráng miệng. Nguyệt mở máy điện thoại, đưa cho anh xem hình cái nhân vật thông minh hơn cả cái iPhone Nguyệt nắm. Cô bé áng chừng 12 tuổi mang một vẻ đẹp khó cắt nghĩa. Anh vẫn bất bình khi người ta ra công ca ngợi hoa hồng mà ít kẻ tán tụng một đoá tường vi. Cái e ấp nó giữ thích hơn là sự chín muồi mãn khai. Nhưng sa đà vào nơi thuần khiết thánh thiện ắt sẽ bị lên án là lạm dụng vào nỗi hồn nhiên nó mang. Và dĩ nhiên anh sẽ không bình phẩm: Nó đẹp hơn mẹ nhiều, về nhan sắc chứ không nói tới sự tế nhị. Cháu tên Suzy, hình thứ hai cháu buông lơi mười ngón trên phím đàn piano, lưng thẳng, tóc mượt đổ, đôi mắt nhắm, môi hồng và cháu đang rụt rè bước tới ngưỡng cửa thiếu nữ. Một loạt ảnh lướt qua theo ngón tay Nguyệt kéo trên màn ảnh nhậy cảm, ngón tay dừng và hiện hình một khuôn mặt hư hao. Nguyệt chụp lén anh đứng bên máy, Suzy nói mẹ thật bất lịch sự, sao không mời chú ấy vào nhà. Nguyệt trả lời, nếu người ta chẳng thích vào thì người đó có bất lịch sự không?

Không mấy lịch sự hoặc rất đỗi lịch sự thì cuối cùng phải tới lúc anh lách người qua khung cửa hẹp đó một chiều cuối tuần. Anh vừa ghé chợ Đại Hàn để lựa mua một thùng trái cây nhập từ Tây Ban Nha. Lạ không? Đất chốn đó mầu mỡ kiểu gì mà quýt, trái hồng, trái mãng cầu khi chín tới thảy đều ngọt ngào và to một cách "cực đoan". Ngoài thùng có dán nhãn "Par Avion" tươi rói và bởi thế cái giá cần phải thanh toán nó cao hơn so với cách chúng nhập vào đất này bằng đường thuỷ. Anh mua bởi anh ngán cô bé Suzy sẽ bình phẩm: Người bất lịch sự, được mời tới chung đũa với người ta mà đi mạng không, cứ ưa thỏng tay vào chợ.

Anh đậu xe vào chỗ quen thuộc mỗi đêm, hai tay lu bu ôm món tráng miệng ngọt ngào an toàn thực phẩm chẳng bị phun hoá chất như hàng China đang phát sóng cảnh báo trên TV. Người dân nơi đây vừa đồng thanh đưa ra lời đề nghị "Một tuần không mua đồ Trung Quốc" nhưng anh lựa mua đồ Spain chẳng phải hưởng ứng lời hiệu triệu kia. Nếu hoa quỳnh quá đẹp được bứng về từ vườn nhà ai trồng ở bên Tầu hẳn ta cũng xiêu lòng khi ngồi lặng ngắm nó oằn oại thân cành khi bung nở. Một ngày kia, anh tin, với tài nghệ làm hàng nhái đạt mức thượng thừa như họ, hẳn con cháu của Mao chủ tịch sẽ cho ra đời thứ hoa quỳnh chuyên nở rộ dưới ánh dương quang. Đêm hôm thì bất tiện quá, gây điều tiếng, gây trở ngại lắm thứ chưa bàn tới chuyện mất ăn mất ngủ. Ngón tay bấm chuông cửa khi màn đêm chưa buông để anh mơ hồ nhận ra tầm mức quan trọng của bữa ăn hôm nay.

Suzy là người mở cửa, cô bé mặc chiếc áo màu đỏ đón anh bằng tất cả sự sáng lạng mà cháu có. Nếu anh là phù thuỷ lòng lang dạ sói, hẳn anh sẽ đánh mất một âm mưu từng lên kế hoạch dụ dỗ bé ăn trái táo độc. Vẻ đẹp có ở cô bé sẽ giúp kẻ đối diện tìm thấy niềm ăn năn. Chào chú ạ. Mẹ cháu đang bận tay ở nhà bếp. Mời chú vào ạ. Giỏi! Anh khen thầm, cháu sinh ở đây mà cháu nói tiếng mẹ đẻ coi bộ trôi chảy hơn cả chú, bởi có nhiều lúc bất ưng ở sở làm, chú đã vung vít xổ tiếng Đan Mạch. Mẹ cháu đã nghe và lòng mẹ cháu rộng như biển Thái bình đã độ lượng thứ tha cho đứa phàm phu tục tử. Chú nhớ hôm đó mẹ cháu đã ôm chú vỗ về ở parking lộng gió và có những thứ chú không dám kể cho cháu nghe đâu.

Theo sau Suzi, anh bước vào gian bếp ấm. Tuy đang động dao động thớt Nguyệt cũng ăn vận xiêm y lụa là và khác với đi làm, ở nhà Nguyệt có trang điểm phấn son, anh thấy lạ, thấy xa cách, thấy… chưa quen. Thay vì chào anh, Nguyệt nhìn đứa con: Suzy mời khách uống nước giùm mẹ. Anh đặt thùng quà lên bàn, trong phòng dật dờ một mùi thơm chẳng tài nào phân chất. Suzy mang tới cho anh cốc nước cam tươi, cô bé chỉ tay biểu anh ngồi xuống một chiếc ghế. Mẹ có đưa hình chú cho cháu xem… Ừm… Ở ngoài chú không giống như ảnh. Anh ngó vào đôi mắt đen láy của cô bé: Vậy là chú ăn gian hay máy ăn gian? Suzy cười to tiếng khi ngồi vào ghế kê gần bên. Anh hỏi, cháu có ăn gian không? Là sao ạ? Là tới khi nào chú nghe được tiếng đàn dương cầm? Uh. Vậy thì cho cháu ăn gian ạ, ngày ấy hẳn còn xa. Anh nhìn vào đôi tay đang đan ngón xoắn xít rồi nhớ lại câu nói của một danh thủ piano: Tôi nào sợ chết, cái đáng sợ là mười ngón tay này bị mang thương tích thôi! Cám ơn cháu. Về điều gì ạ? Về những cuốn chả giò, cháu gói rất đều tay và chiên nó thật đẹp mắt.

Bữa ăn chính thức khai mở khi gia chủ xô cửa bước vào mang theo cơn gió lạnh. Người đàn ông từ tốn treo áo khoác, chậm rãi cởi nón, tháo khăn quàng, tuột giày ra rồi bước lại bắt tay anh. Xin lỗi nhé, giờ cuối mới phát hiện là thiếu món rượu bia và bà xã tôi đã bắt tôi chạy ù đi mua. Tay người đàn ông lạnh, khô, cứng. Nghĩ sao anh lại nhìn xuống bàn tay mà anh nghĩ sẽ rất êm ả nuột nà của Suzy. Một đôi bàn tay chưa từng bị lao động nặng để mưu sinh. Măng mềm mà tre cứng, điều ấy trẻ hồn nhiên như Suzy hẳn cũng biết. Tre ngoái trông măng để bồi hồi nhớ lại một quá vãng đã đoạn lìa. Hoa đẹp vì hoa sẽ tàn úa nhưng một bài thơ hay, đó là thứ vẫn còn nằm trong bóng tối.

Bàn có bốn chỗ. Chồng ngồi đối diện vợ, anh ngồi đối mặt với người con của đôi vợ chồng. Đàn bà con gái uống nước ngọt, đối cực họ là gia chủ và khách mời nhâm ghi chất nước dễ khiến lòng say. Nâng ly mừng sức khoẻ cho nhau, đặt cốc xuống bàn gia chủ đằng hắng sửa giọng: Chúng tôi hội ý, mời anh đến ăn xem như thế một lời cám ơn sâu đậm về những gì anh đã giúp vợ chồng tôi bấy lâu nay. Thứ nữa, bữa ăn này nhằm đánh dấu là ngày tôi đã mãn hợp đồng trong công việc, có nghĩa là từ nay tôi trở lại với nề nếp, tôi sẽ đưa đón vợ mình đi làm mà thôi làm phiền tới anh nữa... Em, bà xã có cần nói đôi lời không? Thôi, bấy nhiêu đã rõ ràng, chớ dông dài gây rắc rối. Điều duy nhất mà Nguyệt muốn thưa là chúng ta nên cám ơn sự tín nhiệm của mỗi người, cách xử sự tròn đầy và Nguyệt xin lập lại lời nhận xét của Suzy: Chú ấy tốt quá! Buổi ăn nầy thành tựu cũng do công lớn của Suzy. Mẹ cám ơn con.

Anh lén nhìn Nguyệt. Đã đến lúc anh gọi Nguyệt là Nancy rồi sao? Chúng ta sẽ hết còn thời gian để chuyện trò vớ vẩn mỗi tối. Câm lặng ở vị trí mỗi người, thức lẻ loi với thành quả làm ra chớ bị phạm lỗi. Ngày lại ngày trôi trong tẻ nhạt. Qua với sự cam chịu chẳng còn lựa chọn nào khác? Có đấy, chọn một trong hai: Sẽ dọn tới thành phố kia làm ca ngày hoặc thất nghiệp.

Chú ăn được không? Ngon lắm, chưa khi nào chú thấy sướng miệng như tối nay. Mẹ nấu hết, cháu chỉ phụ những thứ lặt vặt. Cháu thích nghe chuyện khôi hài không? Thích, chú kể đi. Có hai vợ chồng kia đi xem buổi trình diễn nhạc cổ điển, cháu biết đó, đàn bà họ mất thì giờ cho việc trang điểm, vì thế khi vào phòng thì bị muộn chút đỉnh. Ông chồng quay sang hỏi nhỏ người ngồi gần: Họ đang chơi bài gì thế? Người kia đáp: Ơ, đó là bản giao hưởng số 5. Chồng nhăn mặt với vợ: Đó, có nghe không? Cứ ưa làm đẹp vào, chúng ta trễ những bốn bài rồi đấy! Suzy cười, vẫn là giọng cười trong vắt, không vẩn đục khi biểu lộ. Không rõ là

Nguyệt có nghe ra để phải đánh rơi một chiếc đũa xuống khỏi bàn. Gia chủ mặt vẫn vô cảm, có chút rượu phủ làm nhân diện ông đỏ lừ, hơi ngây dại. Anh nói như để bào chữa, chẳng biết sao tự dưng chú nhớ tới chuyện này, có lẽ vì được ngồi trước mặt một người yêu thích âm nhạc? Chú có biết là ngày nay phụ nữ họ rất chuộng những người có máu diễu không? Xem TV thì biết, chương trình hài hước mỗi lúc một nhiều. Gia chủ đổi thế ngồi, ông nhìn xuống bàn ăn đã gần cạn kiệt, xiêu đổ những đầy vơi. Suzy à, con phải hiểu điều này, khi Charlie Chaplin làm người ta cười với những thước phim câm, đó là lúc ông vua hề đang khóc trong lòng. Bố muốn nói tới một sự trả giá.

Nguyệt đứng lên khởi sự thu dọn bàn ăn. Anh cũng muốn phụ Nguyệt một tay, hoặc anh tìm cớ để đứng gần một vầng trăng bị mây che khuất. Là chủ nhà, chồng Nguyệt đã can ngăn khách mặc dù trước đó ông xoa tay: Xin anh cứ tự nhiên, xem như người trong nhà. Và người trong nhà phải ngồi khoanh tay ngó hai vợ chồng loay hoay mang chén dĩa tới bồn nước. Anh nghĩ đã đến lúc uống cạn ly rượu, nồng độ của nó mang lại nhiều thứ mà tiên khởi là sự trấn an, hoặc một lì lợm chai đá. Suzy chồng chén bát của anh lên chén bát của cô bé rồi dồn về phía cuối bàn cho mẹ khỏi mất sức đi xa thu nhặt. Chú lao động ban đêm vậy ban ngày chú làm những gì? Chú vùi mặt vào chăn gối ngủ nướng. Để lấy sức à? Ừ, cứ coi như vậy đi. Người ta khuyên phải ngủ đủ tám tiếng mỗi ngày nhưng chú thì chia hai, bốn tiếng mê man và bốn tiếng nằm với tơ lơ mơ, với đầu óc trắng xoá. Giả như cháu có việc cần, gọi phone nhờ chú giúp, có được không ạ? Anh vụng về để cho một hai giọt rượu rơi xuống áo. Chiếc áo trắng và màu rượu đỏ đang loang ra tựa ở bụng có vết thương chưa kịp băng bó. Cháu tan học lúc ba giờ chiều, thường thì thích đi thơ thẩn chứ chưa muốn về nhà ngay. Giờ đó là lúc chú ngủ say nhất và để an toàn, chú đã khoá tắt hết hai cái điện thoại, những thứ ưa phát tiếng kêu. Vậy là chú từ chối? Chú không thích gặp cháu, kể cả việc nghe cháu tập đánh khúc giao hưởng số 5?

Anh ngó đôi bàn tay của Suzy, anh ao ước mình có can đảm để nắm lấy và luôn luôn anh là một thằng hèn nhát. Chú nói thật điều này cho cháu nghe nhé, chú rất ngán mẹ cháu, mẹ bảo hãy đến đây ăn cơm thì chú nghe lời ngay chẳng dám cãi. Cháu giỏi tiếng Việt đến thế chắc biết câu này: "Gió mùa thu mẹ ru con ngủ, năm canh chầy thức đủ vừa năm". Xa xưa, mẹ cháu đã hò ru em như vậy; rồi đến tận giờ này mẹ vẫn năm canh thức trắng để lao vào trường đời. Cháu và chú, cả hai đều thương mẹ cháu, mỗi người một cách. Và điều thiết thực nhất, hai ta không nên gây cho mẹ một niềm tuyệt vọng. Cháu hiểu ý chú không?

Nguyệt đưa anh ra tận cửa. Nếu mở nó, một bầu trời đầy tuyết giá lạnh sẽ vây phủ lấy anh. Có thể Nguyệt nhìn ra viễn ảnh ấy nên Nguyệt đã ôm anh, dùng tay xoa sau lưng anh. Chỉ thoáng chốc nhưng anh đón nhận bao nồng nàn gửi trao trong thầm lặng. Tựa một sợi dây điện vừa cắm vào bình ắc-quy, dĩ nhiên chiếc xe sẽ không tài nào chết máy. Lái xe cẩn thận. Nguyệt nói và rồi cánh cửa đóng sập lại.

Anh mở máy, ngồi trong xe khá lâu với hơi lạnh mù mờ vây bọc. Con đường trắng, bắt đầu làm mặt lạnh với anh. Từ nay nó từ chối mỗi tối xe anh chạy vào nằm lặng trước ngõ. Anh lôi điện thoại ra, dò tìm một dãy số đã lưu trữ: A lô. Là tôi đây. Sao, đêm nay hoa quỳnh đằng nhà ông có chịu nở hoa không?

CAN HẠN

Phòng tranh mang tên "Giao Mùa" mở cửa hơn hai ngày thì bị đóng. Mưa đang về, bay nghiêng hạt xuống một địa phận sẵn lòng đón nhận sự dầm thân trong rét mướt. Tấm bích chương mềm nhũn, hoen màu, chịu thử thách ban đầu cái tác hại của nước ngấm. Hàng chữ "từ ngày 7 đến ngày 14" đã bị mưa cào đến thủng giấy, hết còn đọc ra. Đây là cuộc triển lãm cá nhân đầu tiên của Nguyễn Văn Xê, 30 bức tranh sơn dầu hiện hữu sau 10 năm mài miệt vẽ. Xin được giấy phép đúng một tuần, chỉ bán được một bức "Thiếu Nữ Cởi Áo Lụa Bên Hồ" thì… giông bão tới.

Đột ngột. Khách muốn thưởng ngoạn ngác ngơ trước cánh cửa có bắt cái khoá rõ to. Những kẻ muốn lợi dụng một không gian nồng ấm để trú mưa cũng bị dội ra. Nghệ thuật mà làm gì mấy cha! Nghe đâu bão lớn ngoài biển Đông đang đe nẹt đòi thổi vào. Hai ba người đứng luận chuyện trước cửa đóng then cài. Thì ít ra phải có mặt tay hoạ sĩ đứng đó phân bua giải thích. Đóng bất ngờ kiểu này coi bộ không êm. Ừ, quả có đột xuất thật! Tay ấy bị xe điên đụng phải chăng?

Nguyễn Văn Xê, 32 tuổi. Chẳng được đào tạo từ trường ốc chính quy. Do khéo tay cộng với niềm đam mê chẳng ngơi nghỉ nên trì chí tự mày mò để bước vào con đường nghệ thuật tạo hình. Quá trình đã từng góp tranh trong những cuộc triển lãm "12 khuôn mặt trẻ", hoặc "Sức sống và cuộc đột phá của những cây cọ miền Trung". Nguyễn Văn Xê, chưa vợ con. Tóc để dài, trang phục bụi bặm, quần jean thủng rách lấm lem màu dầu, và như đa số bọn "tác nghiệp" thứ nghề tự do vô bổ ấy, hắn nghèo rớt mồng tơi. Nhưng chớ nên áp đặt Xê là dân vô sản chuyên chính, hắn giàu có ở mặt khác, hắn sở hữu những thứ vô giá.

Nguyễn Văn Xê ngồi một mình trong căn phòng nhỏ, đóng kín. Một ngọn đèn vàng, một chiếc bàn gỗ và hai cái ghế. Phòng có trổ một ô cửa sổ, tấm kính mờ đục ở đó không bưng bít được vuông màu xám nát nhừ những giọt mưa mãi cào cấu bên ngoài. Một cốc cà phê, một điếu thuốc. Yêu cầu của Xê chẳng được đáp ứng, người ta chỉ vứt xuống mặt bàn tờ giấy vở học trò cùng cây viết từng bị những dấu răng gặm nhắm qua. Thật thà khai báo, có thể đó là đầu đề mà Xê phải trả bài, không nhất thiết phải đúng niêm luật vần điệu câu cú. Khi anh tự nhận mình vô tội thì chữ thật thà kia đã nhảy sang dối gạt. Tìm cách tạo dựng ra tình huống. Bằng không thì anh bó tay, để sự trinh nguyên cho trang giấy vở khỏi lấm màu. Anh sẽ bị bợp tai? Anh sẽ bị mắng chửi? Bị lên lớp? Bị nguyền rủa? Nguyễn Văn Xê cúi mặt xuống. Bài làm bao giờ cũng khởi đi bằng khúc dạo đầu: Cộng Hoà Xã Hội Chủ Nghĩa Việt Nam. Độc Lập Tự Do Hạnh Phúc...

Cửa mở, một "anh" cán bộ bước vào. Anh này không giống anh ban trưa dù áo quần của hai anh tựa hai giọt nước. Anh đứng ngọ dữ dằn, anh chiều tà bớt dằn dữ. Coi bộ tử tế vì ảnh có cầm theo ly cà phê, đặt xuống bàn, trước mặt Xê. Quen vẽ vời chứ không quen viết lách à? Anh ta vừa hỏi vừa kéo chiếc ghế trống, bốn chân gỗ lê thứ âm thanh nghe bất an. Uống đi, cho tỉnh trí. Nguyễn Văn Xê nghe lời, dù mãi hoang mang, hắn cố kềm giữ, không muốn để gã kia nhìn thấy năm ngón tay run. Có lần Ngọc ngồi làm mẫu đã gióng câu hỏi: Điều gì khiến anh sợ nhất? Hắn nheo mắt ngắm bầu ngực trần của cô gái tuổi 17: Anh sợ bị thương tật ở đôi bàn tay.

Cà phê rất tệ dù được uống trong hoàn cảnh này. Chẳng biết khi pha chế, người ta có hoà thêm "một thứ gì đó" vào trong chất nước đen đã mất mùi. Cán bộ sửa giọng, nhập đề buổi lấy cung: Bức tranh "Xuân Thì" là vẽ theo ngẫu hứng hay có chủ đích? Nguyễn Văn Xê khảy đất bám dưới móng tay: Xin lỗi, tôi không hiểu hết ý của anh... Người trong tranh rất giống một nhân vật ngoài đời... Ồ, cô ấy đồng ý làm người mẫu. Làm không công hay sao? Theo hợp đồng thì số tiền tôi phải chi trả là một triệu. Trả hết chưa? Cũng theo thoả thuận tôi đưa trước một nửa, số còn lại sẽ thanh toán sau khi đóng cửa phòng tranh. Chỉ mới hai hôm, tôi chẳng hiểu vì sao… Được, có hai chuyện vướng mắc nên đả thông: Thứ nhất, trên đánh giá là số tranh trưng bày đa phần đều mang tư tưởng ám tối gợi dục. Thứ hai, do đơn thưa kiện của bà Trần Thị Hoàn cáo buộc hoạ sĩ đã cưỡng bức và xâm phạm xác thân gái vị thành niên tên Phan Thị Ngọc, con bà đồng thời cũng là người mẫu trong bức "Xuân Thì".

Sao ngồi nín khe vậy? Có phản biện không? Hay câm lặng là thú nhận lỗi lầm? Xê ngó xuống mặt gỗ trầy trụa trên mặt bàn, hắn từng vẽ chi ly, gọt tỉa sống động một cái bàn học thời niên thiếu hoen ố đầy vết mực đổ, ghim đầy nét khắc các mẫu tự cặp đôi nằm trong trái tim nham nhở. Và bức tranh tĩnh vật sống động ấy đã lọt vào mắt xanh một Việt kiều rinh về Mỹ quốc. Một ngàn đô la, hắn đã mời hai mẹ con đi vào nhà hàng cao cấp ăn mừng, đã mua quà theo sự vòi vĩnh của Ngọc. Hắn đã sống với những ngày êm đẹp ngắn ngủi gần như hoang tưởng, tận hưởng và phung phí…

Phóng lớn một tấm ảnh, chuyển qua tranh thì mất bao lâu? Nguyễn Văn Xê nhìn vào đôi mắt người quyền lực. Thú thật là tôi không hành nghề như thợ vẽ truyền thần, thứ công việc chuyên sao chép cho thật giống so với bản chánh. Đâu ai ra điều kiện khó khăn thế? Chỉ cần nhìn thoáng thôi là đủ phát hiện… kiểu như ngắm bức "Xuân Thì" thì biết ngay đấy là dung mạo cô Phan Thị Ngọc.

Cũng tuỳ anh ạ, việc vẽ vời tôi chưa bao giờ tự ép mình vào một khung thời gian nhất định. Kẻ kia nhún vai: Ba hôm, giả dụ thế, là hoàn tất chứ gì?

Trước mặt Xê, vừa nằm trên vuông giấy vở là tấm ảnh cỡ 5x7 thu giữ một khuôn mặt đầy đặn của người thiếu nữ. Cứ gật đầu chu toàn cái hợp đồng nầy thì tự khắc cánh cửa kia sẽ mở rộng, tha hồ mà đầm mưa trở về nhà thu vén dọn dẹp phòng tranh. Nghe êm không? Có nghĩa là ngoài việc vẽ lại chân dung từ tấm ảnh này ra tôi không phải làm thêm thứ gì khác? Có đấy cậu ạ. Theo thủ tục cậu cứ viết cho xong tờ khai kia, những rắc rối tình cảm liên quan tới hai mẹ con ấy thì phải chính cậu tự giải quyết lấy, bồi thường tiền bạc gì đấy, chuyện đâu có gì phải náo loạn kiện tụng tới chốn pháp đình. An tâm đi, nhớ tập trung đầu óc vào việc được trao gửi. Người trong ảnh là vợ mới cưới của sếp cơ quan đấy chứ không đùa đâu nhé.

Qua trung gian một người bạn tôi gặp được Nguyễn Văn Xê, thực ra giờ này hắn đã đổi chữ ký, dưới góc tấm tranh thôi còn chữ X màu đỏ như trước đây, điền thế bằng chữ Dịch màu vàng. Hắn trú trong xóm nhỏ, cuối đường, tiếp cận với một nghĩa địa trồng lắm mộ bia và chân nhang và hoa héo. Hỏi Xê không ai biết, Dịch thì may ra có đôi ba người chỉ lối giúp. Dịch tóc húi cua, ngắn thật ngắn. Ngắn như tóc vừa mọc dài trên đầu kẻ vừa hoàn tục. Khi biết tôi có ý định in một tập truyện, hắn hứa sẽ minh hoạ giúp tôi cái bìa. Hắn hỏi viết thể loại gì? Ờ, mình viết chuyên tình. Vậy thì thay tranh tĩnh vật hoặc phong cảnh bằng môi hôn, bằng vòng tay ôm giữ, bằng thiếu nữ khoả thân, bằng cuống quýt xác thân nam nữ…

Tôi mời Xê hay Dịch đi ra đầu đường uống cà phê. Hắn mang theo xấp giấy nằm trong bìa cứng. Khi bày cả ba bức tranh màu nước cho tôi chọn, chúng làm khó tôi bởi cả ba đều đẹp hết chỗ chê, phải băn khoăn nhờ tác giả cho ý kiến. Tôi nghe lời hắn: Bức này có nhiều khoảng trống, sẽ dễ sắp xếp những con chữ nằm vào mà chẳng phá hỏng bố cục. Nhan truyện nên dùng màu nâu, những chữ khác màu cam, nét thật mảnh kiểu chân phương, như vậy nó "ăn" với màu sắc đường nét của bức tranh. Không nén được, tôi hỏi: Vì sao chữ ký lại là Dịch mà thôi còn Xê? Đơn giản vì hôm nay không còn như hôm qua. Hắn cười với tay xoa đầu. Mình xuống tóc cũng là cách cố quên đi ngày cũ.

… Khi bước vào phòng, sau khi đóng lại cánh cửa bằng lưng, N. đưa tay gạt xuống công-tắc đèn. Loay hoay một đỗi, N. xua đuổi bóng tối bằng những ngọn nến cô vừa đốt sáng lên. N. quay mặt với hai tay đang mang lại chiếc bánh kem, những đốm lửa nhảy múa, một gương mặt nửa sáng nửa tối và đôi mắt sâu, thu giữ một hân hoan long lanh. Luôn luôn, bầu khí quyển trong căn phòng này phải bị hoán đổi khi N. xuất hiện. Mãi hoài N. vẫn là người muốn xáo trộn cái trật tự mà tôi chẳng biết cách sắp xếp chúng. Nếu đó là sự bừa bộn thì một khi đã bị giăng bủa chẳng ai phải khó chịu cả. Và tôi, tôi vui vẻ thuận lòng đón nhận lấy dù đôi lúc N. tới, bắt tôi phải ngưng ngay công việc. Những mảng màu thôi tấp vào mặt bố, những đường viền phải chịu đứt ngang. Chúc mừng sinh nhật. N. nói. N. nhắc về một con số, một ngày tháng mà lý ra tôi buộc phải nhớ hơn ai cả. Tôi chùi đôi bàn tay vào cái khăn lau mặt cũ. Tôi ôm lấy N. khi cô vừa đặt bánh xuống mặt bàn. Có thể khi mua bánh cô đã nhón lấy một thỏi chocolat. Môi N. còn vị ngọt đắng, như thể nó vừa tan trên lưỡi nóng, như thể nó còn vướng víu ở kẽ răng chờ tôi dọn sạch. Bao giờ thì đến ngày sinh nhật của em? Tôi hỏi khi mũi mình đang đánh cắp hơi thở N. rối loạn. Hôm nay, em nghĩ vậy. Chính xác là ngày nào thì chẳng một ai còn nhớ, nhà bị cơn hoả hoạn đốt sạch, khi làm lại giấy khai sinh, ba em lấy ngày thành hôn cùng má để điền thế, bảo cho dễ nhớ, cho dù mai sau có bị thêm khổ nạn thì thứ tháng ngày kia sẽ không phản bội, mãi lưu vào đầu óc. Trong đống tranh nằm úp mặt kia, có bức nào anh đặt tên là "Vết Sẹo"? Hoặc "Thương Tích"? Vụ cháy nhà đã làm em phỏng nặng, khi nhìn thấy dấu tích nhăn nhúm đó, liệu anh còn thương em?

Không một ai bỏ công thổi đi những đốm lửa run rẩy trên đầu các cây nến nhỏ cắm xiêu vẹo trên mặt bánh. Chúng sẽ thầm lặng đi tới hết đường để rồi tắt ngúm, nhưng khi chúng hấp hối, chúng còn đủ lực để soi cho tôi thấy vết bỏng cháy đã thành sẹo sau mông N. Nó làm da thịt ở đó co rúm lại để phá bớt một hình thế vốn tròn trịa. Trước, tôi chỉ vẽ bán thân N. trong động tác đang cởi áo.

Giờ đây thì N. thôi ngượng ngùng dấu che. Hãy cùng nhau ăn mừng sinh nhật, nghe anh. Chúng tôi nằm xuống giường và chính tay N. đã thiện nguyện mặc chiếc áo mưa cho xác thân tôi đợi cơn giông lũ đổ về…

Tôi xoá bỏ truyện ngắn này, không nằm trong mục lục cuốn sách sẽ mang đi in. Người bạn hỏi thăm rằng tôi đã gặp tay hoạ sĩ ấy để xin cái mẫu bìa chưa? Rồi, anh ta dễ chịu hơn tôi tưởng, chỉ cho mà không nhận một đền đáp nào cả. Ừ, tay ấy chơi được. Hắn từng nếm trải hương vị dịu mát cũng như sóng gió bức bối ở cuộc sống này. Hắn là nạn nhân giữa một cuộc tình tay ba. Hai mẹ con cùng yêu mù quáng riêng hắn. Một tình duyên đầy thương tật. Mình còn giữ một bức tranh thuở đầu đời của hắn, dùng toàn gam màu lạnh, vẽ một con mèo co thân dưới chân giường trông lên con chim bất động ở trong lồng. Bức tranh thần sầu ở chỗ, là khi nhìn ngắm bạn sẽ bắt gặp ở đó nguyên vẹn nỗi bất an, ngầm thông báo một tai ương sẽ xẩy tới. Đó là thời gian mà hắn ký tên X. Toàn bộ bức tranh chỉ duy có mẫu tự ấy là màu đỏ.

Tôi còn một ít tiền, tôi nghĩ nên mời Xê hoặc Dịch tới một quán ăn, thế lời cảm ơn về những gì hắn trao cho. Cuối đường vẫn là nghĩa trang cô quạnh thiếu kẻ viếng thăm vọng tưởng khấn nguyện. Cửa đóng, gõ không nghe hồi đáp. Tiếc công, tôi chưa muốn về vội, linh cảm là hắn quanh quất đâu đó, không xa. Tôi thả bộ đi men ngoài hàng rào phân định ra vuông lãnh địa, bóng chiều bắt đầu bôi xoá những hình thể, chỉ có những tấm bia mộ màu trắng là biết phát quang. Và rồi tôi trông thấy hắn. Đối mặt là tảng xi-măng khắc ghi tên tuổi tháng ngày sinh tử của kẻ bất hạnh. Là ai đã bỏ cuộc chơi? Là người tình 17 bé nhỏ, hay phần mộ má người yêu? Những cây nhang được thắp, được cắm trước bia có gió thổi qua làm chớp đỏ từng hồi, yếu mệt. Tôi nhớ có lần nói với hắn, khi tập truyện hoàn thành, bản đầu tiên tôi dùng để mồi lửa nguyên hai trăm trang chữ. Tôi muốn người ở cõi âm chứng giám trước. Lần đó hắn nhìn tôi không nháy mắt, có tin không, hắn nói, hiện tại mình chẳng còn giữ được một bức tranh nào cả. Mình khánh kiệt trước cuộc đời này. Xê rồi Dịch, cứ loay hoay mà làm gì nhỉ?

TÁI NẠM BUỒN VIÊN

Hôm nay tôi dậy sớm mà không nhờ đồng hồ báo thức réo kêu. Lau mặt mũi tay chân cho con, đổi áo thay quần cho quý tử, làm thức ăn nhẹ cho cu Bi điểm tâm, kiểm soát giấy bút rồi thả vào túi đeo lưng một trái táo, hai lát bánh mì kẹp phô mai, một hộp sữa tươi 2% chất béo. Bi không háo hức vui thú, cu cậu cũng chẳng lộ vẻ tần ngần sợ hãi, nó vẫn ngoan hiền mặc tình cho thằng bố muốn làm gì đó thì làm. Chẳng ý kiến, không cự nự. Nín khe. Xem chừng nó hơn tôi gấp vạn lần ở mặt cứng rắn, thứ vũ khí quan trọng nhằm chống chọi và đẩy lui những rối rắm lạ mặt sẽ lộ diện.

Hôm nay thứ năm, chữ người ta viết giản lược là Thu. Nói tới thu, nghĩ tới mùa tựu trường, mùa của những đám mây bàng bạc, mùa của xác lá vàng cuống quít rụng đầy trong công viên, mùa của heo may theo gió về đậu trên da thịt chút rợn cảm. Thu còn là danh xưng của những nhân vật nữ, xa lạ gì, má cu Bi cũng mang tên

Thu đó thôi. Chân đi bốn mùa còn biết chuyện giáp vòng hoàn lại, riêng mùa thu của bố con tôi một đi không trở lui.

Ngôi trường tiểu học St-Pascal nằm không xa chỗ tôi mướn ở. Ngày xưa ấy, khi còn ở quê nhà, mẹ tôi có kể chuyện mà tới giờ đây vẫn nhớ: Nhà gần chợ, chiều về nghe con chửi thề như séo. Mẹ hãi sợ đi thuê nhà sát trường học rồi thằng con dần dà nên thân, nôm na là tử tế là nhân thân tốt là con người đạo đức hồng chuyên các thứ. Đừng nhắc chuyện cũ làm chi, ở chốn đây cũng vậy, họ đăng báo cho thuê nhà luôn nhấn mạnh ưu điểm: Gần trường học, gần bệnh viện, gần chợ búa, gần métro (hay subway, hay underground). Và vô tình tôi mướn được cái logement 3 phòng rưỡi gần trường cu Bi theo học. Giỏi dang thành tài hay không thì nương nhờ vào may rủi hồng phước, chẳng dám lạm bàn, nhưng nhân danh cha chỉ xin con vỏn vẹn một điều đừng chửi vào mặt bố những cứt, với đái với lỗ đít với fucking hell. Cơm không lành canh không ngọt đâu, nhớ!

Chu toàn cho con xong, dư chút thời gian tôi bưng ly cà phê ra sân đốt lửa điếu thuốc đầu ngày. Cây cỏ bắt đầu mặt ủ mày ê, buổi tối có sương về làm ẩm thấp, làm khói thuốc lờ đờ không vội loãng tan. Bà Lucie ở tầng trên nhoài nửa thân ra bệ cửa sổ ngó xuống. Chào buổi sáng tốt đẹp. Tôi đáp trả và thầm yêu đốm màu vàng rực rắm rối Lucie mang trên đầu. Hình như đó không hẳn là một mái tóc đang ùa theo thời trang. Bà đang dùng hai tay kéo sợi dây phơi quần áo, cái bánh xe quay chậm ròng rọc kêu cót két nghe như tiếng chim bị cụt lưỡi. Cũng lạ nhỉ, bà phơi đồ từ trưa hôm qua đến giờ đây mới thu nhặt trong khi mẹ tôi mãi dị đoan rằng, để nó qua đêm những linh hồn vất vưởng sẽ tìm được nơi tá túc ẩn náu. Lucie chẳng sợ nội y bị dính tà đạo chăng? Mặc ba đồ quỉ đó vào thêm ngứa mình ngứa mẩy. Tôi trông lên sợi dây căng chùng, mấy người có đeo bùa chú quanh thân sẽ không dám cúi đầu băng ngang bởi sợ ô uế, lỡ đàn bà họ phơi quần từng dính máu kinh nguyệt ắt phải lôi thôi to. Hút xong điếu thuốc kịp lúc Lucie đã tháo xong cái kẹp nhựa cuối cùng máng trên dây. Và như thế, khoảng sân trở lại cái bản mặt nguyên vẹn ban đầu. Khác chăng, giờ này nó đã thôi ngái ngủ.

Tôi nắm tay cu Bi đi trên lề đường lác đác cách khoảng với các trò bè khác. Nhỏ có người đi kèm, lớn thì tùng tam tụ tứ rồng rắn giỡn đùa rậm rật. Những sắc màu trên y phục không làm vui mắt bằng tiếng cười thuỷ tinh va nhau rộn ràng kia, trong trẻo và cực đáng yêu. Âm thanh chẳng hoàn toàn là thứ phục vụ riêng cho thính giác mà mắt cũng có lúc được xí phần. Tôi mong mỏi đôi ba năm sau, cu Bi sẽ vui chân sáo lập băng lập đảng hoà nhập với đám nhóc tì đang làm con đường hân hoan cựa mình. Khi lớn khôn, một hôm về dẫm chân vào lối cũ, người ta sẽ sống lại để ngụp lặn với không gian bồi hồi này, thuỷ chung một vùng kỷ niệm.

Hồi ở mẫu giáo Bi đã làm quen với cô Marie, năm nay cô Anne sẽ hơn cả quyền huynh thế phụ nhận trao trách nhiệm uốn nắn. Tôi thưa với Anne là tôi đang nổ lực đi tìm việc và hôm nay tôi có một cuộc phỏng vấn, tôi e sẽ về muộn, hy vọng cu Bi được nán chơi ở nhà giữ trẻ. Anne bắt tay tôi: Không thành vấn đề, chỉ riêng hôm nay thôi chứ? Anh chàng này trông ngoan hiền và chững chạc thế kia. Liệu về kịp trước bốn giờ không? Tôi oui, oui và tôi merci, merci. Tôi bắt tay con tôi, tôi hôn cả hai bên má thằng nhỏ. Gương mặt cu Bi có duy một khuyết điểm: Nó giống má nó quá. Cái giọt nước đó làm tôi quặn lòng. Tôi nói tiếng mẹ đẻ với cháu: Nhớ những gì ba căn dặn chưa, ba sẽ cố sức tới đón con sớm. Tôi cong ngón út làm cái móc câu để bấu vào bàn tay nhỏ bé kia thế một lời thề nguyền. Bi còn thơ dại quá, chưa hiểu thấu tầm mức quan trọng nó mang, rằng nó là cái phao duy nhất dành cho riêng tôi bấu víu, trôi đi đâu giữa cuộc đời lớn rộng này thì hãy hạ hồi phân giải. Hôm nay là một ngày đáng nhớ, con tựu trường và ba đi tìm việc mới. Một ngày thứ năm, chữ Thu viết tắc và sáng nay tôi chưa đi lòn qua sợi dây phơi quần áo của Lucie ngụ ở tầng trên.

Tôi leo lên xe buýt, thả những đồng xu phù hợp với giá quy định vào hộp thu tiền mãi lộ rơi lóc cóc leng keng. Tôi hỏi bác tài xế mặc đồng phục màu xanh nước biển về địa chỉ tôi muốn xuống. Ông chỉ tay: Cậu nên ngồi ở ghế kia, tôi sẽ nhắc trạm dừng để cậu đổi sang xe khác. Nghe lời, tôi ngồi chỗ gần bác tài để ông khỏi mất công hét lớn.

Đó là ghế ưu tiên dành cho hành khách già yếu, bị tật nguyền hoặc phụ nữ mang thai. Nhưng giờ giấc này chiếc xe nặng nhọc chỉ chở toàn bọn học sinh pha tạp cùng công nhân viên phu phen lao động hãng xưởng. Toàn cả kẻ khôn tự nguyện cắm đầu vào chốn lao xao. Người ưa vắng vẻ chớ dại đi vào giờ cao điểm đó.

Tôi nhìn đồng hồ đeo tay, như vậy tôi mất 50 phút dùng đánh đổi chặng đường phải băng qua. Tôi xô cánh cửa gương dầy nặng có gắn bảng công ty, một người đàn ông sói tóc thong thả dẫn tôi vào một căn phòng nhỏ. Sau khi trả lời một số câu hỏi, người tự giới thiệu tên Jean thảy xuống bàn một tờ giấy kèm cây bút chì. Khoảng 10 phút sau tôi sẽ trở lại, Jean nói và biến mất sau cánh cửa gỗ sơn màu cà phê sữa. Không rõ cu Bi đang làm gì? Cô cho bày giấy viết ra để vẽ hay ê a tập đếm số? Chắc đã qua màn giới thiệu với các bạn học: Tôi tên là... Tôi thích ăn... Tôi thích uống... Tôi mãi ái ngại giùm Bi khi buộc phải nói rõ: Không anh, không em, không chị, không chú bác dượng dì, không má. Maman, chữ đó thật khó đánh vần.

Tôi xong bài trắc nghiệm mà Jean chưa trở lại. Đó là mẫu giấy được photocopy có ghi năm tháng bên dưới, như kiểu phát minh này do độc quyền công ty soạn thảo. Có bốn câu "điền vào khoảng trống cho hợp nghĩa". Hai Pháp, hai Anh. Có sáu phép tính dính líu tới toán học trình độ xong trung học và cuối cùng là giải sự khác biệt đơn vị đo lường giữa inch và cm. Tôi ngó quanh chỗ ngồi, tai có thể đón nhận những thứ tiếng động rầm rập của loạt máy đang vận hành từ đâu đó đi xuyên vách ngăn. Nếu họ thu nhận, họ sẽ dành một tuần đầu nhằm huấn luyện một kẻ chẳng mảy may kinh nghiệm về máy móc cơ khí như tôi và cu Bi có thể trả lời trôi chảy câu hỏi của cô: Ba em làm công nhân nhà máy dệt và nhuộm vải jeans. Má em thì vẫn là một khoảng trống không thể điền vào cho hợp nghĩa. A Bê Xê dắt Dê đi ỉa, A Á Ớ má không có dắt tay.

Jean mở cửa đi vô, ông ta là một người yêu lao động, cần cù với công việc, tôi đoán chừng vì đầu tóc ông quá thưa thớt, quá đáng ngại. Độ tuổi ông chẳng thể hói sớm như thế. Mày râu nhẵn nhụi. Vợ ông còn ở bên lưng hay nàng giận hờn bỏ ông đi mất tiêu, từ dạo tóc đang còn xanh phồn thịnh mái đầu? Ông thoáng lướt mắt qua bài làm của tôi, rồi nói: Hôm nay thứ năm, mai đã là thứ sáu cuối tuần. Như thế này nhé, thứ hai đầu tuần chúng tôi sẽ gọi điện thoại cho cậu, ô kê hay không sẽ cụ thể thông báo. Cậu người Tàu, phải không? Jean nói mà không cần đón nhận phản ứng từ kẻ đối mặt, ông dùng một bàn tay ấn sau lưng tôi và rồi ông đóng chặt cửa. Chúc may mắn là chữ ông xua trước khi bàn chân tôi rời khỏi lãnh địa ấy.

Tôi băng sang bên kia đường chờ xe buýt mang tôi trở về trung tâm thành phố. Điều khiến tôi bận lòng là phải kiếm cho ra một chỗ trú an toàn để Bi tấp vào sau buổi học ngồi thấp thỏm đợi 6 giờ tôi ghé rước. Một nhà giữ trẻ có ai xé rào, vượt ra khỏi nội quy bằng cách cho người đến trường giờ tan học để đón lấy đứa họ có trách nhiệm trông coi. Nhà giữ trẻ người Việt mình thì hoạ may, với điều kiện quý vị vui lòng thanh toán bằng tiền mặt. Xe buýt chạy sật sừ khi quẹo vào con phố đang tân lập có nơi dang dở việc sửa sang, tôi đứng dậy giật chuông làm hiệu khi trông rõ một hàng quán phô trương chữ Phở cháy sáng bằng ngọn đèn bị bẻ cong. Qua cánh cửa ghi thời khoá biểu phục vụ trong tuần ắt sẽ nhìn ra cái máy điện thoại công cộng bắt cứng vào vách, ắt sẽ có cuốn niên giám thô lậu cong góc nặng nề xác xơ được xâu chặt bằng một sợi dây. Tôi cần phải giở lật rồi dò suốt ở những trang quảng cáo về nhà giữ trẻ, tìm nơi thuận tiện trong khu vực. Sẽ chùng vụng xé rời nó ra, xếp nhỏ để nhét vào túi quần. Về tới nhà cũng chưa muộn, sẽ từ tốn thưa chuyện hỏi han sau, gấp gì.

Hương mùi phở lấn át ra khỏi phạm vi quán, chẳng biết mũi của dân bản địa có giãn nở ra, nhưng nó khiến tôi cầm lòng không đậu, bị cuốn hút. Cuối tuần, tôi vẫn thường dẫn cu Bi đi kéo ghế bồi dưỡng chất đạm cho thằng bé chóng lớn, khổ nỗi vùng tôi ở chẳng thấy bóng dáng nhà hàng Việt vãng lai và Bi, như đa số thành viên trong hiệp hội nhi đồng vẫn nặng lòng với chữ M màu vàng hoành tráng mọc như nấm trên từng cây số. McDonald's vốn là địa phương vững mạnh của chúng nó trong khi lý ra tôi nên có nhiệm vụ dắt con ra tuyến đầu xáp lá cà với Phở Bún Cháo sơn hào hải vị bốn ngàn năm văn hiến. Những quốc gia có bề dày dựng nước giữ nước lâu đời họ sẽ có thức ẩm thực nhào nặn tương ứng khiến ngon nhức răng, quên xỉa ba ngày nằm sâu trong miệng vẫn thơm mùi nguyệt quế. Nói vậy mà chẳng phải vậy, Trung quốc luôn tự hào là chốn phát minh ra giấy, ra tơ lụa, ra thuốc súng, thuốc nhuộm, pháo bông và giờ đây thực phẩm của con cháu Tần Thuỷ Hoàng, Từ Hy Thái Hậu vẫn chứa rất nhiều chất lạ để khiến bà con phải ngộ độc lã người vào nhà thương súc ruột, súc không xong thì nghe họ cà khịa: Đằng ấy có bán nội tạng thì tớ mua cho, mua từ a tới z, được giá lắm nghen. Ăn chẳng chừa một thứ gì cả.

Tôi gọi một bát tái chín, size trung bình. Có uống gì không anh? Tôi ngó lên cô phục vụ vừa hỏi và trí nhớ tôi bắt đầu chạy việc. Chất xám trong đầu tôi thấp kém thua cô ấy xa, bởi chưa quá ba mươi giây cô đã ném cái khăn lau bàn xuống mặt gương rít rát kèm với tiếng trời ơi đất hỡi. Cô gọi tên tôi, nguyên si cả họ cả chữ lót, giọng cô trong vắt, cao và hay hơn người ca sĩ mặt mày diêm dúa đang hát bài "Tình Lỡ" có trên màn hình mỏng lét treo ở góc quán. Tôi chưa định thần xàng xê thì cô chạy bàn đã xuống sáu câu: Không nhớ em cũng phải, tụi mình xa nhau đã bộn tháng năm, từ dạo học chung lớp Pháp văn dành cho người tỵ nạn đến giờ đã trôi bao nhiêu nước dưới chân cầu. Em đã kinh qua sáu nghề bây giờ bưng phở đúng là thứ bảy, thất nghiệp. Trời, độ này anh ra sao? Vẫn loanh quanh tỉnh bang Québec nghèo khó?

Tôi nhìn chăm vô cái nốt ruồi trơn ướt đậu bên khoé miệng và tôi đã vừa nhớ ra. Tôi nói một câu dở nhất trần đời: Ủa! Gái, em vẫn khoẻ? Cô ấy lau bàn, động tác khom lưng làm ngực chờn vờn rung động, qua về, gần xa. Nói nghe mắc cỡ, em bỏ tên ấy từ khuya, giờ ai cũng kêu là Nancy. Ở xứ này, xướng thế mới phải đạo. Nancy bảo, ngồi yên đó lát em trở ra, phải cho tên đầu bếp biết tô phở này không phải loại bình thường, trời, người ta phải có duyên mới hội ngộ kẻ cố tri chớ giỡn chơi chi nơi a.

Đồng hồ chỉ 11 giờ 20, có nghĩa là còn sớm. Phải quá ngọ người ta mới chộn rộn chuyện bỏ bụng hòng thu nạp năng lượng. Vì vậy quán chẳng có ma nào, chỉ có tôi vất vưởng tạt vào mình ên, chỉ có cô ca sĩ vú giả đang nấc cục và nàng bẹo hình bẹo dạng mặc một chiếc áo dài chẳng giống ai. Nhà thiết kế sáng tạo vượt quá mức quy định, đã hiếp dâm chiếc áo truyền thống một cách quá đáng. Người Việt chẳng ai tự hào khi phải khoác thân thứ thời trang pha tạp tả pí lù đó. Nôm na là cần quái gì bản sắc dân tộc!

Nancy quả có vị tình, cô mang tới cho tôi dĩa giá đã trụng chín, một hủ đựng ớt hiểm, một ly cà phê sữa đá, những thứ tôi chẳng yêu sách đòi hỏi. Trong lúc chờ bê bát phở đặc biệt ra, cô ngó tôi không nháy mắt. Hơn cả tia lượng định về con mồi, nhãn quang đó mang nặng tính nghiệp vụ của cảnh sát trước khi thẩm vấn bị cáo can tội móc túi. Dĩ nhiên là tôi ngồi chẳng cục cựa, không sợ sệt nhưng hơi mắc cỡ. Tôi giả tảng trông lên màn hình, ông MC đang sửa mục kỉnh để dạy đời thiên hạ láo lếu vào ngồi trong rạp mà còn đội mũ: Ê, anh kia! Nếu chẳng nhớ ra tên tôi chắc hẳn Gái, hoặc Nancy đã lên giọng quát tôi tựa thế. Phở mắng, phở chửi, phở quát ngờ đâu lại có lắm thực khách. Cơ khổ! Khán thính giả lưu vong quả thực họ yếu bóng vía khi phải lựa xem những băng ca nhạc truyền hình tựa thế. Hết phương thức để giải trí rồi sao nhỉ?

Anh đã từng đến Toronto chưa? Nancy mở đầu cuộc phỏng vấn bỏ túi. Tôi thành thực xây nô. Ủa, sao kỳ vậy? Tôi đáp hà cớ gì phải xuống đó. Đi chơi á, không rảnh! Em mới từ thành phố nọ lộn lui, em nói làm đủ thứ nghề là vì vậy. Sau khi chúi đầu vào làm lụng trong một quán phở, ăn cắp được bí quyết võ công gia truyền nên em mu về đây hùn hạp dựng nên thương hiệu này. Thời gian đầu chưa đông thực khách nên em kiêm luôn việc chạy bàn đứng két tính tiền… Anh đang làm việc chi? Ờ, đang ăn tiền thất nghiệp, tạm thời ở nhà trông con. Rõ khổ, ghi cho em số phone, chừng nào quán đông khách em gọi anh tới phụ việc, có hứng thú không? Trông anh xơ xác quá, lại đây em bồi dưỡng vỗ béo cho anh. Chịu khó giấu mặt trong bóng tối, chỉ thái hành nhặt rau hoặc rửa chén bát thôi, đâu có mất mát chi mà quan ngại. Không ấy thì em sẽ giả tiền mặt cho anh.

Có tiếng chuông kinh cong gây tỉnh thức, chừng không đủ hiệu nghiệm vang vọng tiếng hô đi sau: Một đặc biệt bàn số hai. Như chùa bà Đanh, vậy thì tôi ngồi bàn số hai và tôi ắt sẽ đặc biệt. Nancy bước vào chỗ phát hiệu lệnh rồi trở lại với bát phở nghi ngút khói bốc. Nước chan ngập mặt, nước sóng sánh chảy tràn xuống những ngón có tô sơn đỏ. Rõ là Nancy có kung fu, mặt cô tỉnh như ruồi, xem chất lỏng gây phỏng da nhỏ tựa con thỏ, nóng không trầy trụa móng, chất béo dính tay chả thèm léo nhéo, đặt bát phở chẳng rối loạn hơi thở. Không nhầm nhò nếu mũi chảy thò lò. Xơi đi anh, cô bảo. Đoán xem thử đẳng cấp này liệu mai sau quán có lắm khách vui chân vào ra.

Tôi lau muỗng đũa, ngắt từng ngọn rau húng, xé nhỏ rồi thả vào bát, tôi vắt múi chanh, tôi rắc lọ tiêu, tôi lau tay rồi tôi nhón lấy một trái ớt đỏ. Tuần tự trong chậm rãi mà lòng mong quán có thêm khách. Tôi ngại cắm cúi gục mặt vào tô phở xì xào xì xụp húp nhai ngồm ngoàm trước sự chứng kiến của Nancy. Đã lâu rồi hai bố con tôi ăn trong vắng lặng và chiếc ghế đối diện vẫn bỏ trống, sẽ mắc cỡ và coi không đặng khi có đứa vô công rồi nghề ngồi vòng tay quan sát mình đớp hít, ngó chăm từng cử động rồi xem chừng những biểu cảm vừa lộ ra trên gương mặt đỏ ké kia. Tôi thỏ thẻ ăn, kín đáo nhai, ý tứ như cô con dâu về nhà chồng buổi ban đầu. Mẹ chồng phán: Sao, có vừa miệng mày không, hử? Tôi dối lòng: Kiểu này tôi sẽ về đầu quân dưới trướng Gái cô nương. Hữu xạ tự nhiên hương, ngon tới cỡ này thì xua đuổi khách đứng sắp hàng là chuyện ắt có và đủ. Tôi mà như Nancy thì phải khai sinh ra cái tên quán nghe thậm ấn tượng. Cỡ như nào? Phở Cô Gái Đồ Long. Nancy cười lớn, thôi không được đâu, làm vậy có mà khiến giang hồ thêm nổi sóng. Bị anh sếp bếp mang tên Long, ghép Gái này lại thì vô số đứa đâm ngứa miệng đồn thổi, oan ôi ông địa! Em hỏi thật nhé, anh có an lòng không, có tin tưởng không mà để chị phải lặn lội xuống tuốt Toronto làm lụng. Chẳng lẽ mỗi tuần chị phải mang thân cò về thăm anh? Hay hằng tháng? Cũng mệt mỏi và tốn kém. Tại sao chị không về ở hẳn hoặc anh dọn tới Toronto? Chốn đó dễ kiếm việc lắm anh ạ.

Tôi gát đũa lên miệng bát phở, tôi lau miệng, tôi nhìn trực diện vào mặt Gái chẳng nắm Đồ Long đao. Em có trông nhầm người không? Giời ạ, lạ lùng gì? Gặp chị ở tiệm hớt tóc này, gặp ở phố Tầu này, thậm chí hồi làm ở quán phở, tự tay em ân cần mang ra cho chị tô đặc biệt. Tụi em nhắc lại bao kỷ niệm hồi mới chân ướt chân ráo sang đây. Mặt chị bao giờ cũng tươi mát khéo nhìn, rất thời trang, chưa kể sở hữu một bo đi hết xẩy, chị trông trẻ nhỏ so với số tuổi đang mang. Em có hỏi thăm anh, chị bảo, ờ vẫn vậy, chả có gì đổi thay, chẳng có gì đáng nói. Giống như em, thay vì tên Thu chị đổi sang là Triste. Cô Triste, thư ký cho một văn phòng bảo hiểm nhân thọ hay chuyên viên địa ốc gì đấy ở Missisauga.

Tôi khuấy ly cà phê, uống một hơi không nghỉ. Tôi nói với Gái, cho anh gửi tiền. Ấy chết, em không lấy đâu. Mười mấy năm mới gặp lại, em khao anh một bữa không được sao? Con mèo rụng sợi lông. Tôi đùa với Gái, em làm thế thì anh sẽ hăng hái ngày nào cũng vác mạng tới trồng cây si. Phở cũng như cà phê cũng như chủ quán đều trên cả tuyệt vời. Hê hê hê. Nhớ đấy nhé, biết đâu nhờ số đỏ của anh cắm dùi mà quán em hốt khách. Thay vì ôm lấy Gái như phút chia tay ở hôm kết thúc khoá học Pháp văn, tôi bước về hướng cửa: Thôi bái bai nhé Nancy, cám ơn tấm thạnh tình của em và chúc em làm ăn chóng phát đạt.

Tôi bắt xe buýt ngược về đường cũ. Tôi lui lại ngôi trường tiểu học mang dáng vẻ già cỗi rêu phong để đón con. Bi đứng ở góc sân, lẻ loi nhìn đám bạn chơi trò nhảy dây. Ở vuông xi măng có ai vẽ phấn màu một hình thể quen thuộc, canh một canh hai canh ba phải nhảy lò cò một chân, lên đến ô tận cùng hãy quay lưng nhắm mắt ném về sau một viên gạch. Chẳng khác gì một cô dâu ôm bó hoa ngày trọng đại quẳng lui cho đám phụ nữ reo hò soán đoạt lấy. Số phận. Tôi chào và cám ơn cô Anne, tôi xin phép được đón cháu. Tuổi của Anne áng chừng nhỏ thua tôi cả một con giáp. Nét xuân thì của cô bị nghề giáo viên che đậy, phủ kín thoạt trông như già tuổi, nghiêm khắc, đạo mạo kiểu đang đứng trên bục giảng. Sao rồi, cuộc phỏng vấn có gây lạc quan không? Tôi không rõ, nhưng tôi hy vọng. Đúng thế, mais oui, trên đôi chân ta đi phải luôn mang thêm niềm tin yêu. Tôi rất hài lòng về cách mà đứa con anh thể hiện sự hoà đồng, ngày đầu mà như vậy thật hiếm quý. Mẹt-xì, ô-rờ-voa. À demain.

Cu Bi lộ vẻ mừng tủi khi ngó thấy thằng bố. Áo thôi bỏ vào quần và hai tay lấm lem chẳng định ra được màu sắc đã vọc, chất liệu gì? Con đã ăn chi chưa? Con cho đứa ngồi gần khi nó đưa mượn bút màu. Con chỉ uống hết hộp sữa. Tôi dắt giọt máu cật ruột thoát ra khỏi hàng rào mắt cáo. Ngôi trường dạy Pháp văn cho dân tỵ nạn có tôi theo học cũng giăng rào ngăn chia hệt thế. Khác biệt lớn là bọn tứ xứ chúng tôi luôn cởi lòng trao đổi, trong khi đứa con tôi phải học thuộc bài vỡ lòng: Chớ nói chuyện với kẻ lạ. Phòng thủ vẫn hơn mặc dù tệ nạn mẹ mìn chưa hề xẩy ra trên xứ sở giàu lòng nhân này. Tôi tin là cu Bi sẽ phản kháng chống cự nếu má nó xuất hiện làm mẹ mìn. Hoan hô thành ngữ Don't talk to stranger!

Để vui lòng nghe theo lời đề nghị của con, tôi dắt Bi đi tới chỗ có bán hamburger cùng khoai tây chiên. Tôi còn no dù xơi chưa xong bát phở nước đục nặng mùi đinh hương, quế, đinh hồi; chỉ ngồi nhìn con tận hưởng cái hạnh phúc nhỏ nhoi sau buổi vật lộn với bao điều khó hiểu. Sợ tôi ngồi không đâm buồn, Bi lôi trong túi đeo sau lưng ra tờ giấy để khoe công sức lao động bữa nay. Một bức tranh ảm đạm thiếu màu sắc, thiếu nhân vật, và dĩ nhiên nó đóng khung một bố cục lỏng lẻo. Tranh chứa hình vẽ xiêu lạc một dáng cao gầy nắm tay cái bóng bé bỏng song hành trên lối đi nhiều cỏ dại. Hình thể một ngôi nhà nằm đằng sau, mây tụ trên đó và trôi giạt ở cuối góc là dáng chim lạ vụt bay. Bức tranh có thể đã hoàn thành vì có chữ viết tên tác giả bên dưới. Bi ngừng nhai: Ba biết con vẽ ai không? Tôi xoa đầu con, mai này cu Bi sẽ là một danh hoạ. Tôi dấu tận đáy lòng, cảm động và tri ân về cách nhìn thực thể mang nặng sự trong sáng và hồn nhiên chẳng vẩn đục của Bi.

Đợi Bi ăn xong, tôi hỏi con: Có bao giờ con nghe nói tới một địa danh mang tên Toronto? Chẳng những nghe mà còn thấy nữa, tin tức trên TV họ mãi chiếu đó thôi. Ba không để ý à, phần dự báo thời tiết họ lôi hết cả cái bản đồ rộng lớn của Canada để nói chỗ nào nắng chỗ nào mưa chỗ nào tuyết. Ừ nhỉ, sao ba dại khờ quá! Chừng nào có ngày nghỉ long week-end hai cha con mình bắt xe lửa đi tới đó ngoạn cảnh một vòng, con thích không? Cu Bi ngước nhìn tôi, thốt ra câu tôi chẳng lường được: Ở đó họ nói tiếng Anh xa lạ, ba không ngán sợ à?

Tôi mang khay đi đổ thức dư thừa vào thùng rác. Tôi lạc giọng nói với con:

Sợ cũng phải thử qua một lần cho biết. Cứ chạm mặt đau thương riết rồi mình phải chai lỳ ra. Ngán chi!

MIÊN TRƯỜNG

"J'ai seul la clef de cette parade sauvage."
A. Rimbaud

Nguyễn Vọng thức giấc lúc sáu giờ. Sáng nào cũng vậy, đông hay hè, mưa ướt hay nắng khô, ánh sáng hay bóng tối; Vọng mở mắt và kim ngắn đồng hồ luôn đứng thẳng thớm dí đầu vào con số 6. Đôi lúc sớm hơn, có khi muộn trễ, nhưng sự sai biệt thường không quá mười phút.

Vọng không giải thích được, như sách vở chẳng hề nói rõ tại sao loài gà trống thường cất tiếng gáy ở mỗi đầu ngày. (Con gà vẫn ngỡ, chính tiếng gáy của nó đã mang bình minh lại cho đời). Sự điều độ làm Vọng bực mình, dẫu biết rằng nó mang lại lợi ích đối với một vài kẻ khác. Vọng thử nằm nán, ôm chiếc gối vào lòng, siết chặt đôi chân. Trăn trở. Vọng thử làm một con toán, nghĩ tới tuổi tác, trẻ và già. Mệt mỏi...

Sáu giờ sáng, có khi Vọng mở mắt, mắt ráo khô không ghèn và Vọng như thoáng trông bóng người con gái vừa lướt nhẹ, nhòe một đường sáng ngoài cái mùng nhà binh luôn lưu giữ bóng tối. Tấm vải mỏng còn rung động và Vọng luyến tiếc cho giấc mơ sớm bỏ đi nửa chừng. Giấc mộng thường hỗn độn, chồng lấp, đè phủ lên nhau. Khuôn mặt người con gái chẳng rõ nét. Mái tóc đen mềm, dài, rối rắm. Cô ngồi mặc lại áo quần, tấm lưng trắng toát như chiếc gối căng phồng dựng đứng. Cô gái nói: "Thôi, em đi". Vọng đưa tay lên muốn kéo ôm nhưng trong vòng tay là hư không. Và Vọng choàng tỉnh. Miệng khô khát, một cánh tay tê dại, một cái đầu rỗng không.

Chui ra khỏi mùng, Vọng xỏ chân vào đôi dép nhựa rồi ngồi bần thần nơi giường gỗ giây lâu. Chim sẻ kêu nhau ngoài sân ríu rít từng hồi, sau đó là sự tịch lặng len lỏi đi vào tai Vọng. Nặng nề, ngưng đọng. Chính nó làm cho tiếng chim trở nên đáng yêu và làm cho tiếng xe gắn máy chạy ở đâu xa gửi về thứ tiếng động buồn bã. Vọng thay áo quần, lột tờ lịch đóng cứng nơi vách. Một ngày khởi sự mở ra bằng tiếng chim và nó sẽ được đóng lại bằng tiếng chó tru đêm đầu ngõ. Yêu hay ghét là quyền của mỗi người, cuộc đời này vẫn luôn hiện hữu với sự góp mặt của chó và chim. Không thay đổi, chẳng làm khác đi được. "Thôi, em đi". Người con gái luôn nói câu đó. "Ừ, thì em đi. Nhưng em đi đâu giờ này?". Vọng không thể hỏi được. Mộng mị chẳng phải là đời thường mà người ta có quyền tra vấn lẫn nhau. Sự u mê ở trong đó dễ thương hơn là cái sáng suốt tột bực mà người ta luôn động não để đối phó lẫn nhau ở bên ngoài cảnh giới ấy.

Gói trà đã hết. Vọng lắc nhiều bận cái hộp thiếc rỗng như muốn nghe một lời xác tín. Vọng súc miệng bằng ca nước lạnh và nhổ nó xuống chậu cây quỳnh đặt nơi bệ cửa sổ. Căn phòng nhỏ, giam cứng thứ không gian ít dưỡng khí. Một vài kẻ đã bước chân vào chỗ Vọng ở và những kẻ đó đều đưa ra thứ nhận xét na ná nhau. Lời bình phẩm thì đúng hơn: "Hôi quá, ngạt thở quá! Làm sao ông ăn ngủ với nó được?". Vọng không trả lời. Sự giải thích chẳng phải là thứ tùy tiện chia đều cho mọi người. Mùi sơn, mùi dầu cá, mùi xăng, mùi keo... Những thứ mùi đó góp phần làm nên chất xúc tác khiến Vọng mê mẩn con đường tạo hình. Đã khá lâu, đổi thay qua hai ba triều đại, Vọng chưa từng một lần có ý định rời bỏ hội họa, dẫu đôi khi lòng Vọng chùng xuống, trắng mốc như một khung bố bị lãng quên. Ai cũng vậy cả, người ta đều phải trải qua một giai đoạn tuyệt vọng vô bờ. Vọng tuyệt vọng, giống như người quá giang, bước chân lên đò mà sông nước kia mịt mùng trào dâng chẳng thấy bến bờ. Hãy ngủ một giấc, hãy đánh thức tôi dậy hồi nào trông ra đất liền. Vọng ngủ, và Vọng bắt gặp những giấc mơ chòng chành xô đuổi tới. Người con gái có thân hình đẹp, cô ngồi xuống giữa luồng sáng, đầu vú hồng, vạt lông đen và Vọng nhìn rõ sự bất lực của mình trên bức tranh chẳng bao giờ hoàn chỉnh. Người con gái mặc lại áo quần, những đường cong bị phủ lấp, che đậy. "Cho em nhìn qua một lát có được không?". Vọng thối thác: "Anh chưa hoàn tất, hồi nào vẽ xong chính em là người trông nó đầu tiên". Người con gái nhìn ra cửa sổ, nơi bình minh vừa nhú lên từng vệt màu bẩn, mắt mơ màng. Cả khuôn mặt, chỉ có đôi mắt cô là quyến rũ nhất. Sự quyến rũ lạ thường, nhìn vào để thấy trong ấy chứa đựng một niềm u uất nào đó. Bí mật, và nó đánh động lòng ta ít nhiều nghi vấn. "Thôi, em đi". Cô gái bước nhẹ hẫng trong khi nói, giọng xa vắng. Gió lùa vào cửa sổ lạnh buốt, những tờ lịch cuốn cong lên và căn phòng trở lại sự tịch lặng muôn thuở. Vọng với tay cố níu lấy tà áo trắng, những ngón co quắp, những ngón tay vấy sơn lem nhem, đỏ bầm như bị rỉ máu. Vọng gào lên rồi Vọng thức giấc. Cây kim giây chậm rãi chuyển dịch trên mặt đồng hồ. Sáu giờ mười phút.

Vọng mở cửa, buổi sáng trời đục màu sương. Cây trứng cá trước mặt nhà vẫn chôn chân ở vị trí cũ từ khi Vọng tới thuê. Nó vẫn thế, không cao hơn và dường như loại cây ấy thì luôn gầy ốm lá thưa? Góc sân có chôn cột gỗ dựng một cái trang thờ mà thoạt trông, nó tựa như thứ vọng lầu dùng cho loài bồ câu trú ngụ. Chim chóc không ghé vào bởi cái trang ấy sơn màu đỏ, có vẻ đe dọa. Thỉnh thoảng bà chủ ghé lấy tiền thuê nhà mỗi đầu tháng có vào mượn Vọng chiếc ghế để đứng lên bày biện chút hương hoa, cúi đầu mà khấn vái. Vọng nhìn ra, phát hiện sự thành khẩn của người đang mặc niệm kia và Vọng hiểu chim chóc dường như cũng biết đâu là chốn linh thiêng, là nơi không thể tụ bầy mà quấy rối. Ngày tháng, nắng mưa làm cho cái trang thờ kia biến dạng đi. Tấm lòng bà chủ nhà cũng nhạt phai dần cho ai đó khuất mặt. "Vậy đó, thời buổi bây giờ khó nói lắm". Bà hít hà kể lể trong khi đếm tiền. "Người ta cày xới giải tỏa mộ phần, người ta ăn nhậu thịt cóc nhái rắn trăn chuột chó. Người ta đi chơi bời gặp phải con gái mình trong ổ điếm... Ôi dào! Ông họa sĩ cứ vẽ thần linh cho nhiều vào thì có lúc cũng đổi được thời vận đời mình... Tờ này rách nát quá, có tờ bạc nào lành lặn thì cho đổi giùm..."

Ngày tháng đi rất nhanh nếu người ta phải chồng tiền thuê nhà mỗi đầu tháng. Và đồng thời nó bước thật chậm chạp nếu người ta thức giấc mỗi sáng để dọn lòng đón đợi một tin vui. Vọng chờ trông một lá thư ở ngoại quốc gửi về và sự đánh cuộc tự mình bày trò luôn đẩy Vọng lùi sâu vào nỗi buồn câm nín. "Vì tôi đợi nên người chẳng tới". Câu thơ của ai đó mãi hoài là một lời trách nhẹ dội vào tâm tưởng Vọng. Đã lâu, cái địa chỉ này tuồng như đã bị xóa bôi trong trí nhớ người phát thư. Hoặc giả chiếc xe đạp của ông ta không tài nào vượt lên được con dốc. "Một địa chỉ heo hút". Thùy Mị nhận xét. "Và em yêu vẻ tịch lặng này, như có sự cam chịu nào lẩn khuất". Hôm ấy, Thùy Mị đứng dưới cây trứng cá, cô dong tay cố hái những trái đỏ chín. Những đốm nắng đục thủng người cô ấy, như một bẹ lá lớn bị sâu gặm lỗ chỗ. Một người đàn ông chuyên xây đắp lăng mộ trên núi đạp xe ngang xin ca nước lạnh, khuôn mặt đỏ ké và tiếng khà phát ra sau khi đã giải khát làm Vọng tưởng như ông vừa tợp xong cả lít rượu đế. "Cám ơn cậu". Ông nhìn quanh, ngó tới Thùy Mị trong khi cởi nón phe phẩy quạt vào cái lồng ngực trơ xương. "Cây trứng cá... Bậy thật, lý ra nó không nên hiện diện ở đó". Vọng ném trả cái ca vào trong lu nước. "Muốn hanh thông mọi chuyện, cậu phải tìm cách bứng nó đi". Ông đặt bàn chân vấy bùn lên bàn đạp và run rẩy điều khiển chiếc xe chạy ngoằng nghèo xuống dốc. "Cậu tin tôi đi. Cậu cũng nên tin vào những chuyện nhảm nhí. Nếu không tin, thì xem như tôi chưa hề mắc nợ cậu ca nước lạnh, tôi đã trả, cả vốn lẫn lời...". Mây xám trôi dạt ngang che mất mặt trời. Gió đùn bụi ở mỗi chặng đường người đàn ông đạp xe qua...

Cây trứng cá vẫn chôn chân ở đó. Nó là cái gì mà khiến vận người không thể hanh thông? Những giấc mơ của Vọng tuyệt nhiên chẳng hề có mặt cây trứng cá đứng chen chân, và vì vậy Vọng chưa đủ sự rối trí để tin vào những chuyện nhảm nhí. Sáng nay, Vọng ngồi ở bực thềm và may thay, trong gió hiu hắt, Vọng còn ngửi ra chút hương mát ngọt từ cành lá nó xua nhẹ tới, mơn trớn trên da thịt như lời cám ơn thầm lặng. Có tiếng động cơ hục hặc vang động ở đâu đó, có thể nó đang tìm tới Vọng với sự rã rời của cổ máy già nua. "May cho em chưa. Anh đã thức và anh chưa đi khỏi".

Chiếc xe gắn máy hộc tốc thở khói thắng đứng sát thềm. Thùy Mị trả tiền xe ôm trong khi Vọng đón lấy cái túi vải thật nặng nề của cô. Vọng ngửi ra một mùi lạ. Có thể từ người Thùy Mị. Có thể từ cổ máy bỏng khét. Chiếc xe mang tiếng động vui tai trở ngược về lộ trình cũ. Nó đã chém xuống buổi sáng tĩnh lặng rách một đường khe và giờ này vết thương đã khép miệng lại.

"Xuống tới ga, không hiểu sao người em nghĩ trước tiên là anh".

"Cô đi đâu bấy lâu nay?"

"Em đi công chuyện. Một tuần, có lâu không anh?"

Vọng nhìn mái tóc rối của Thùy Mị. Nhìn chiếc áo cụt nhăn nhàu, và sau cùng đặt để đôi mắt vào hạt nút trên không cài. Da thịt rám nắng lộ ra phía sau. Mùi lạ mà Vọng ngửi có thể là mùi sóng gió dằn xóc, đường xa bụi bặm mà cô ấy phải hứng lấy khi băng qua.

"Em không có quà cho anh, nhưng em mang về một tin vui".

Thùy Mị xô cửa bước vào nhà.

"Một tuần, đủ gây cho anh nỗi nhớ không?

Vọng nhìn Thùy Mị từ đằng sau. Tại sao cô ấy không thể là vợ mình? Đến một lúc nào đó, người ta cần phải có cho riêng mình một người đàn bà. Những kẻ tu hành, họ coi đàn bà là cái giống gì? Và như vậy suốt đời họ chẳng bắt giữ được sự hanh thông?

"Nhớ". Vọng nói khẽ.

Thùy Mị nhìn vào mặt Vọng như thể tìm kiếm thêm điều gì đó sau chữ nhớ. Mặt cô thoáng bối rối, lãng tránh ánh mắt Vọng bằng cách cúi đầu mở rộng miệng cái túi xách.

"Cho em tắm táp giũ sạch bụi đường trước rồi hẳn nói".

"Phải, chuyện gì cũng còn có đó. Vấn đề là cô có còn bày ra một cuộc đi xa nữa không?"

Quần lót, nịt vú, áo thun, xà-phòng, khăn tắm. Thùy Mị liền tay lục soạn và sau cùng Vọng trông thấy những hạt cát vàng nằm lắng đọng dưới đáy túi xách.

"Cô đi Nha-trang à? Sao lại bảo đã quên lãng cuộc tình ấy rồi?"

"Không. Em đi Vũng-tàu... Em nói có tin vui là vì ở đó em tình cờ gặp lại người bạn cũ..."

Thùy Mị moi ở trong lưng quần ra một phong bì.

"Ba trăm đô. Người ta hứa sẽ mua tranh anh và họ ứng trước cho anh một nửa".

Vọng nhìn cái phong bì có in hình chiếc máy bay và chữ Par Avion màu xanh bên dưới. Lá thư Vọng đợi chờ bấy lâu, của đứa em từ ngoại quốc gửi về cũng y hệt thế, có thể thua kém hơn về nội dung mà nó chứa đựng. Tiền. Ba triệu đồng. Bàn tay Thùy Mị có hơi run khi đưa ra. Vọng cầm lấy bao thư mỏng, cảm nhận cái chất giấy mềm oặt muốn rũ liệt bởi thấm đẫm mồ hôi của Thùy Mị. Tiền bạc không mang lại hạnh phúc là một câu nói thiếu hẳn sự xác quyết và muôn đời nó khó thuyết phục người nghe. Vọng ngó màu da bụng của Thùy Mị trong khi chiếc áo xộc xệch chưa kịp buông xuống. Tới lúc nào đó, bụng người đàn bà sẽ lớn bộn ra, nó chứa ở trong đó biết bao điều huyền nhiệm và thằng đàn ông khi ấy sẽ quay quắt, sẽ lăn xăn trong cái hành động thừa thải mà sách vở gọi là con gà mắc đẻ. "Xin em hãy sanh cho anh một đứa con". Câu nói ấy người ta sẽ nói ra trong một hoàn cảnh khác với cái hoàn cảnh mà Vọng đang có. Thùy Mị vẫn thỉnh thoảng tìm ra được người chịu mua tranh Vọng và điều đó chẳng có nghĩa xúi dục Vọng đẩy rộng thêm niềm tham, sân, si. Vọng thụ động, ngay cả chuyện bán tranh. Giá cả, Vọng không biết hô lên một con số. Và luôn ngạc nhiên bởi kiến thức về "kinh tế thị trường" của Thùy Mị. Xen lẫn trong niềm hối tiếc khi mất đi một tác phẩm, bao giờ Vọng cũng đón nhận sau đó một sự tự mãn đến ở nán vào người Vọng dài lâu. Không có Thùy Mị, có thể những giác quan của Vọng sẽ lần hồi bị xơ cứng đi.

"Anh đã ăn uống gì chưa? Đợi em tắm xong tụi mình đi một vòng xuống phố".

Vọng không nói. Thùy Mị hiểu, điều đó cũng có nghĩa là sự tán thành. Cô đi vào phòng tắm, thoát y trước tấm poster chân dung tự họa của Van Gogh. Khuôn mặt Vọng đôi khi cũng ẩn hiện nét gân guốc tựa thế. Kham khổ đến trân tráo, dữ dẫn đến man dại. Có điều đằng sau cái vỏ bọc sần sùi đó, Thùy Mị thường bắt gặp sự dịu dàng luôn có ở người Vọng. Dịu dàng đến ủy mị. Cái khóa nước mở cót két đến vòng cuối nhưng vòi sen trên đầu chỉ ứa ra một hai giọt tượng trưng. Hôm nay thứ Ba, phải vậy không? Là ngày mà khu vực này bị cúp nước...

"Tôi bê cái xô nước từ nhà bếp vào cho cô rửa tạm nhé?". Vọng xuất hiện với những bước chân êm thắm. Lý ra anh ấy phải gõ cửa. Lý ra anh ta phải giả bộ ho hen và kéo lê đôi dép trong lúc bước vào. "Tôi khuấy quên... Phải đợi tới sáu giờ chiều mới có nước lại".

Chưa bao giờ Vọng trông rõ thân thể một người đàn bà như bây giờ. Vọng chỉ nhìn thấy trong mộng mị, trong một cảnh sắc mờ ảo đến giả tạo và trí tưởng tượng dù phong phú tới đâu cũng vấp phải nhiều sai lạc. Thùy Mị hoảng hốt cùng cực, tay cô vung phát những cử chỉ loạn rối tựa một người sắp bị chết đuối dưới sông. Và sau cùng dùng nó để che đậy hờ hững ở những chỗ mà Thùy Mị không muốn Vọng ngó ra. Cô ta đẹp lạ lùng, trong cái thế đứng ngượng. Một nét đẹp không hề có trong trí tưởng của Vọng. Thời gian chết điếng vào giây phút đó, sững sờ. Mọi thứ đều ngưng đọng, kể cả trái tim Vọng. Nó chỉ đập lại, đập hối hả sau khi Thùy Mị xé được tấm poster và đắp cái khuôn mặt nhăn nhúm của nhà danh họa kia lên da thịt mình.

"Có một điều thành thật tôi muốn nói cho Thùy Mị nghe... Hồi nãy Mị hỏi tôi có nhớ không? Chữ nhớ không nói hết những gì tôi ấp ủ. Một tuần, tôi đã ăn nằm với những giấc mơ. Tôi ngóng trông Mị về, tôi muốn ôm ghì Mị trong tay thay vì ôm lấy một điều huyễn hoặc chẳng tượng hình... Tôi sẽ mang nước vào và dội xuống từng gáo cho Thùy Mị rửa..."

"Có lẽ là tôi không cần tắm rửa nữa. Tôi không cần gì hết. Anh hãy ra ngoài đi".

"Có nhiều người rất vụng về khi tỏ tình, và Thùy Mị hiểu cho, tôi cũng thuộc hạng người đó. Tôi linh cảm mình sẽ mất mác một cái gì thật hệ trọng trong suốt một tuần Mị vắng bóng. Và Mị trở về, người rám màu nắng biển, những hạt cát nằm đọng trong túi hành lý... Hãy nói cho tôi nghe sự thật đi, về những ngày Mị đùa giỡn với sóng biển".

"Tôi sẽ không nói gì cả chừng nào tôi còn đứng ở cái vị trí kỳ cục này".

"Người ta không thể trần truồng khi tắm biển. Ừ, đã đành. Nhưng vào buổi tối, trong một cái khách sạn êm ả nào đó, người ta sẽ làm những gì với nhau?"

"Anh xem tôi là hạng người gì để có quyền tra khảo những lời như vậy?"

"Tôi xem Mị là người thân duy nhất mà tôi đang có. Là y phục, là thủ túc, là những thứ không thể đoạn lìa. Tấm poster kia tôi rất thích, của đứa em gái ở ngoại quốc gửi về, nhưng Thùy Mị có quyền xé bỏ nó mà không gây cho tôi niềm hối tiếc nào cả".

"Khi anh muốn gặt hái cảm tình của kẻ khác, anh không thể trấn lột áp đảo người ta vào thế khó xử. Anh đi ra đi".

"Đã lâu tôi chưa hề đi biển. Tôi muốn hít lấy hương muối mặn nồng của nó trên người Mị".

Vọng tiến gần tới chỗ đứng của Thùy Mị. Cô nhìn rõ đốm lửa trong đôi mắt ấy càng lúc càng gần. Nóng ran.

"Anh đừng làm ẩu. Anh ra sân mà bứng cây trứng cá đi. Âm khí nó ám vào anh rồi..."

Người Vọng cứng như một cái xác ướp, ngây dại. "Không. Tôi luôn tỉnh táo. Nếu không yêu thương, Mị có thể trao cho tôi một kỷ vật, một kỷ niệm rồi hẳn bỏ đi. Ba trăm đô. Mị cầm lấy đi".

"Buồn cười! Tiền tôi mang về cho anh, bây giờ anh lại dùng nó để mua bán lấy tôi. Tôi nói thật cho anh nghe, tiền đó có là do bởi tôi ngủ với một thằng Việt kiều chứ ma nào mà chịu ứng trước chuyện mua tranh. Nó đã biết mặt ngang mặt dọc gì về tấm tranh anh vẽ mà chịu mua... Tôi ngủ với nó và tôi bị lây bệnh, anh tin không? Đó là lý do tôi không muốn gần anh. Tôi là người có lương tâm, anh thấy vậy không? Vì tôi luôn quý trọng anh".

Vọng khựng người, tay buông thõng, đầu cúi gằm nhìn xuống những viên gạch hoa lót nền xoay mòng. Cái xác ướp thoát khỏi, để lại con người Vọng sự rã rượi đến rũ liệt. Tấm hình màu Van Gogh vày vò rơi nhẹ xuống, Thùy Mị ôm đống áo quần bước đi. Tịch lặng. Chẳng có thứ tiếng động nào dấy lên. Một buổi sáng dị thường, hoang vu tựa bãi tha ma. Có lẽ được thế mà lại hơn. Một lời nói cất lên giờ này sẽ lộ đầy sự trơ trẽn của nó. Chẳng có thứ ngôn ngữ nào thuận nhĩ cả. Vọng đứng với tất cả nỗi muộn phiền bủa vây. Một hai giọt nước ứa ra từ vòi sen, sáng ngời khi rơi xuống. Như giọt nước mắt chảy muộn cho niềm ăn năn tràn bờ.

Thùy Mị đã rời khỏi nhà. Cô chẳng để quên một vật gì và tấm chân dung Thùy Mị mà Vọng vẽ tặng cô trong sự say sưa xuất thần vẫn còn treo trên vách. Nắng chiếu qua song cửa, dội lên mặt Mị cái rạng ngời của một thần thái sung mãn đến thỏa thuê. Như người đàn bà nằm ngửa hồi ức về phút ái ân đã qua đi, qua đi trong giây phút mà niềm hoan lạc đã lên tới cực điểm.

Vọng khóa cửa, quay lưng bước ra con dốc dẫn xuống phố phường. Ba trăm đô-la trong túi quần, Vọng có quyền làm những thứ mà ngày thường Vọng cho là xa xỉ. Vọng điểm tâm tô hủ tiếu, uống chai bia ngoại và hút thuốc ba con năm. Những thứ ấy đi qua khẩu vị Vọng và ngạc nhiên thay, nó dở dang, nó đắng chát, nó tanh tưởi đến lợm giọng. Vọng rời quán ăn, đi loanh quanh một hồi mà không nghĩ ra được một địa chỉ để dừng chân. Vọng ghé vào công viên, tìm chiếc ghế đá trống nằm ngó lên những cụm lá rối che khuất màu trời. Lá vẫn xanh và màu trời vẫn thế. Mây vẫn bay và gió vẫn thổi. Vạn vật tuồng như muôn đời vẫn cũ kỹ. Chỉ có em là đổi thay, chỉ có tôi là người trở chứng. Chúng ta luôn muốn tìm ra cái mới lạ, và đớn đau biết dường nào, giờ này chúng ta đã lạc mất nhau.

Vọng trở về nhà lúc hai giờ trưa với cái túi xách lỉnh kỉnh đồ vật trên tay. Vọng cởi trần, cầm lon sơn đỏ đội nắng ra sơn phết lại cái trang thờ bạc màu gió mưa. Tô đi quét lại hai ba lớp dày cho tới hồi lon sơn cạn kiệt. Vọng lùi lại như thể đang ngắm nhìn một tác phẩm. Cái trang thờ bỗng dưng uy nghi đường bệ hẳn ra. Dưới nắng, màu đỏ tươi sáng lòa dội xuống khoảng sân hẹp thứ hừng hực của sắc lửa. Một tác phẩm thì bao giờ cũng phải có sức sống. Vọng xoa tay mãn nguyện, bước vào ngạch cửa còn ngoái đầu trông lui. Tẩn mẩn và chu đáo hơn cả bà chủ nhà, Vọng bày trái cây ra dĩa, rót nước lạnh vào ly, hương đèn vàng bạc các thứ đều không sót, Vọng lần lượt mang ra đặt trong cái TV rỗng ruột dị kỳ. "Thông cảm cho tôi người ngợm chẳng được sạch sẽ. Sáu giờ người ta mới cho xài nước. Thùy Mị bỏ đi cũng vì chuyện nước nôi. Tôi không biết cái trang này lập ra để thờ phượng ai, nhưng tôi mong người đó là Em, người mà mỗi đêm tôi nhìn thấy trong giấc ngủ. Họ bảo hãy nhổ cây trứng cá kia thì tôi mới được yên thân, nhưng thưa Em, có người lại nói "trồng cây mười năm..." thì tôi không thể một sớm một chiều mà hủy hoại nó được. Chút hương hoa lòng thành này dâng lên, xin Em có linh thiêng hãy chứng giám giùm. Tôi đợi Em đêm nay, dĩ nhiên là lúc ấy đã tắm táp sạch sẽ. Mình nằm chuyện trò cho ra lẽ. Em đi. Nhưng mà em đi đâu? ".

"Nguyễn Vọng. Ai là Nguyễn Vọng?"

Tiếng người đưa thư thảng thốt réo gọi.

"Tôi... Tôi... Phải thư gửi về từ Canada không?"

Vọng chùi bàn tay ướt đẫm mồ hôi vào quần, tiện thể lấy ít tiền dúi vào túi áo người phát thư.

"Bác cầm tạm mà uống chút nước giải khát".

Phong thư mỏng lét, khuôn khổ màu sắc y hệt phong bì đựng tiền mà Thùy Mị đã trao.

"Anh Nguyễn Vọng. Tôi là người bạn của Nguyễn thị Tưởng, thành thật báo tin buồn cho anh là em gái anh đã lâm bạo bệnh và vừa qua đời cách đây ba hôm..."

Vọng đổ người xuống bậc thềm. Thị giác như tấm màn nhung của rạp hát từ tốn kéo đóng lại, trước khi rơi vào thế giới tăm tối, võng mô của Vọng bắt giữ hình ảnh cái trang thờ đỏ chói nghiêng ngã rớt xuống, không gây tiếng động, chỉ khuấy bụi mù sân. Người phát thư đã đạp xe xuống khỏi con dốc, ông ta xòe ở giữa năm ngón tay những tờ giấy bạc khá lớn và ông không hề trông thấy cây thịt của kẻ hào hao vừa bị đốn ngã sau lưng.

Buổi trưa thứ Ba vắng lặng như mọi buổi trưa khác. Cây trứng cá vẫn chôn chân ở vị trí cũ, lá của nó vẫn xao động reo vui trong gió như thường hằng.

TỘI PHẠM

1.

Trước tiên, họ cử người đi tìm Beo. Họ có ảnh Beo và thu thập các sinh hoạt cá nhân của đứa thanh niên 22 tuổi được lấy ra từ laptop của Sóc. Một chi tiết nằm trong bài thơ mới nhất của Sóc khiến cảnh sát quan tâm: Vẽ ra, gợi tới một cánh rừng mở lối cho đôi nhân tình nắm tay vào tự cưỡng chống những oan khuất. Giả thiết đặt ra, dưới mắt nhìn của bạn dân: Chúng vào rừng tự tử.

Tấm bản đồ thành phố được trải rộng, một vùng đất cao gần như bỏ hoang nằm hướng tây bắc được ghim ngay một cây kim đỏ. Theo lời khai từ phía gia đình, Sóc mất tích đã hai hôm, họ xin phép được vào phòng Sóc, mọi vật ngăn nắp chừng như y nguyên. Sóc chẳng mang theo người một thứ gì cả, cái túi đeo vai, thứ mà con gái luôn không quên khi có việc đi ra ngoài vẫn nằm gần cửa. Trên bàn, vuông bạc MacBook Air đặt ngay ngắn và nó trở thành đầu mối duy nhất hòng khai mở được ít nhiều tin tức. Một chuyên viên giỏi về điện toán mất chừng mười phút đã tìm ra được password để vào lùng sục thế giới riêng tư của chủ nhân, họ xem lướt những trang thơ của Sóc, những trao đổi với bạn trai và do vậy họ tình nghi Beo.

Họ in ảnh Sóc ra, phát cho nhóm dân địa phương tình nguyện tham gia vào việc đi tìm kiếm Sóc. Mười bốn người chia làm hai nhóm để tiến vào rừng thưa bằng hai lối khác nhau. Họ trang bị gậy gộc, đèn bấm và túi ny-lông dùng chứa bất kể thứ gì mà Sóc đánh rơi, mang chúng về lab xét nghiệm.

Rừng ẩm thấp, mặt đất mấp mô. Mùi gỗ mục có nơi các cây già cỗi gãy bật gốc rễ, mùi đất nhão hoà với mùi hăng của rêu xanh khuấy lại đậm đặc. Vô số các giống côn trùng nhỏ có cánh bay hoảng loạn tựa một đám bụi phiêu hốt. Yên ắng, chỉ có tiếng chân bước kèm hơi thở vội, tiếng gậy va đập vào đá, cây lá cựa mình gửi xuống những giọt lạnh.

Sóc tuổi 16, buồn vui bất chợt, đầu óc không mấy bình thường, tự nghỉ học vì "mọi người chả ai hiểu em cả". Sóc có thơ đăng trên một diễn đàn văn học uy tín nằm ở thành phố khác mà người chăm sóc từng làm một màn giới thiệu: "Một tài năng trẻ mang nổi loạn đi cày phá những khuôn mẫu quen thuộc". Và facebook Sóc có hơn hai ngàn người theo dõi. Khi đọc hết bài thơ mới nhất, chính vị cảnh sát trưởng quận hạt đã thốt ra lời khen thưởng: Tuyệt tác. Sau đó ông nói với thuộc cấp, mặc dù tôi chẳng hiểu con bé muốn nói tới điều gì. Duy hình ảnh cánh rừng nằm giữa hai hàng chữ đã ám ảnh tôi.

Một số người tốt bụng bỏ công sức dựng lên cái lều bạt nằm ven rừng, họ sẵn lòng cung cấp cà phê, nước trà nóng, bánh ngọt tự làm cho những người sẽ tiến vào hoặc trở ra từ cánh cửa thâm u của khu rừng hoang dại kia. Trong đó là một thế giới khác lạ, nửa đe doạ nửa lôi cuốn, có bác nói khi cắn mẩu bánh hạnh nhân nướng thơm vừa lửa.

Gần cuối ngày, dù chưa tối, hai toán mặc áo có may đoạn vải đính chất lân tinh trước ngực từ vũng mờ lần lượt đi ra. Họ được khuyến cáo rằng mức độ an toàn chưa được kiểm chứng, gấu hoặc thú dữ có thể làm hang động trú ẩn bên trong. Thất bại. Chẳng có gì. Ngay cả dấu vết một cành cây nhỏ bị gãy vết mới, một đám cỏ bị dẫm chân lên cũng không thấy. Nói chung là vô sự. Có ông đã trách móc vị cảnh sát trưởng về mức độ thẩm thấu thi ca hoàn toàn sai lạc, bị dẫn dắt một cách vô lối bởi cái mơ mộng hoang tưởng của con bé 16 tuổi sống xa thực tế.

Hôm sau, bốn nhân viên có mặt ở trụ sở cảnh sát bất ngờ khi thấy chính Beo xô cửa đi vô. Hắn nói: Sóc đã bỏ tôi dù tôi van nài trì kéo van xin thề thốt, nhưng Sóc vẫn rút áo ra đi. Chỉ nói đúng một câu "chẳng ai hiểu tôi cả". Sóc nhảy phóc lên một toa tàu trống, một tên đàn ông chực sẵn đưa tay kéo bạn ấy vào. Có thể giờ này đoàn tàu đang tiến dần về thành phố Rock. Một nhân viên công lực rời khỏi bàn giấy, xô ghế đứng lên: Đây là thứ thông tin cần thiết. Nhưng tạm thời chúng tôi sẽ cho bạn ngồi tạm trong buồng giam kia bởi bạn còn phải trả lời nhiều câu hỏi.

Cảnh sát huy động hai xe nháy đèn và hú còi vội trườn ra xa lộ. Họ đạp chân ga phóng nhanh, họ có quyền coi thường tấm bảng lưu ý vận tốc tối đa là 80 cây số giờ. Kim đồng hồ chậm chạp bò lên số 100. người lái xe có bộ mặt hớn hở trong khi gã ngồi ghế bên cạnh vũ khí trang bị tận răng đang ngáp trẹo quai hàm. Gã đưa cảm nhận: Yên lành quá cũng không tốt, chúng ta dư thừa thời gian chỉ để đuổi theo một con bé bốc đồng nổi máu đi giang hồ, cứ mặc xác nó chứ, nên tôn trọng tới đời sống mỗi cá nhân. Đồng hồ tốc độ lên tới con số 110. Nhưng bạn phải hiểu nó vị thành niên, là con gái độc nhất của ông thị trưởng và ông ta đang ngồi trên lửa.

Khi hai chiếc xe y trang nhau như hai giọt nước có chạy hàng chữ bên hông "Vì dân mà ra sức bảo vệ" lăn vào địa phận Rock, máy bộ đàm liên lạc bỗng phát tiếng rè kiểu vừa bắt sóng. Chúng tôi vừa tới, nghe rõ trả lời. Nghe rõ. Cảnh sát địa phương đây. Motel Mộng Đẹp vừa xảy ra án mạng, nghe rõ trả lời. 5 trên 5, Mộng Đẹp nằm ở đâu? Ngay giao lộ 19 và 55 ấy. Tốt, chúng tôi sẽ có mặt ở đó. Quẹo xuống hương lộ, bụi mù bao lấp toàn bộ chiếc xe chạy đàng sau.

Một cảnh sát mặc áo chống đạn tỏ vẻ nôn nóng, đi lại chiếc xe lấm lem vừa thắng đứng, đèn xanh đỏ vẫn không ngừng quay trên trần xe. Bọn tôi gọi các anh tới để nhờ nạn nhân là đối tượng mà các anh đang cất công tìm kiếm… như vậy đỡ tốn kém thời giờ cho các anh. Nói xong dùng tay ra dấu, tấm ny-lông trông lạnh lẽo được một người đeo găng tay lật giở ra. Săm soi, đối chiếu với tấm ảnh Sóc… Một tiếng la "lạy Chúa tôi" cất lên. Một thi thể tuổi dậy thì trần truồng. Hai con mắt không chịu nhắm kín.

2.

– Em mấy tuổi rồi?

– 19.

– Đừng đùa.

– Không tin sao? Đưa tiền đây, em sẽ đàng hoàng bước vào tiệm bán rượu tha về một chai mang nhãn hiệu anh thích uống.

– Cũng có thể. Trông em hút thuốc dáng vẻ sành điệu.

– Do đâu anh hoài nghi để hỏi tuổi em? Vì ngực em không lớn?

– Em biết làm tình vào năm mấy tuổi?

– Từ khi má anh đẻ ra cho anh một đứa em.

Gã thanh niên cười lên tiếng lớn, lấy làm sảng khoái, có vẻ thích thú.

– Em thật đặc biệt.

– Đừng nói vậy. Không chắc là anh hiểu em.

– Nhưng em hiểu anh yêu em, đúng không? Anh phạm tội vì em.

– Chúng ta vừa làm tình. Điều đó chính em cũng không hiểu lấy em.

– OK. Bây giờ không nên đào sâu vào chữ hiểu. Yêu đương làm người ta mù quáng. Em thích ăn gì, anh ra ngoài mua về?

– Ừ, ít ra thì anh cũng hiểu là em đang đói. Một cái pizza.

Bước xuống giường, gã mặc lại quần áo. Chăn gối xô lệch, gã vuốt lại đầu tóc rồi cúi người hôn đứa con gái đặc biệt. Một chân vẫn lòi ra khỏi chăn, màu da đọng vào mắt gã một đốm sáng. Gã nói, anh sẽ trở về, không lâu đâu, chừng khoảng nửa giờ, tối đa.

Người con gái thắp lửa một điếu thuốc, mơ màng nằm nghe tiếng xe vừa rời khỏi vuông sân trước motel. Cô tìm thấy một cây viết nằm kề bên cuốn niên giám điện thoại, ngồi dậy và bắt đầu hí hoáy viết vào những tờ giấy rút ra từ hộp Kleenex.

3.

Từ quán ăn bước ra, chất chồng trong thùng bán nhật báo hắn nhìn thấy ở trang nhất có in hàng chữ Missing kèm tấm ảnh đóng khung khuôn mặt cô gái 16 tuổi mang tên Sóc. Vì tấm ảnh cuốn hút hắn không trông ra bản tin loan tải về một vụ án mạng. Hắn lộ vẻ bối rối. hàng chữ mực đen cho hay đó là con cưng của một vị thị trưởng, hắn tin rằng chẳng ai dại khi muốn đùa với lửa cả. Hắn tìm bao thuốc nhưng sực nhớ là đã để bên người con gái thật đặc biệt, tỉnh khô man khai 19 tuổi. Cô ấy mang vẻ hồn nhiên tựa một phù thuỷ có pháp thuật cao, cô già dặn ở mặt khuất lấp khác, có thể xoá tan nỗi hoài nghi của bất kỳ ai khi muốn lượng định. Cô hiện thân của sáng tối, thánh thiện và tội lỗi. Cô đã dựng lên một kế hoạch, chi ly với mức độ thành công lên tới 75 %.. Tối nay hắn sẽ chở cô tới một nhà kho thu cất những món hàng bất hợp pháp và cả hai cùng đột nhập trộm lấy các thứ gần xem là đồ quốc cấm. Giờ này thì hắn rõ, chỉ có con cưng của ông thị trưởng mới hay biết cái nhà kho đó. Hắn vào ngồi trong xe, chưa vội nổ máy, hắn nghĩ không chừng đây là một cạm bẫy. Người đi giao pizza luôn theo nguyên tắc căn bản, là khi trao tay thực khách đặt mua, món ăn kia vẫn đang còn nóng sốt. Hắn vứt hộp bánh sang bên ghế cạnh và hiện tại nó đang nguội dần theo rối lòng hắn mang. Hắn muốn sử dụng điện thoại nhưng chẳng biết số cái motel nọ. Hắn bấm một loạt số khác, chuông reo nhưng chẳng ai trả lời. Hắn tuyệt không biết là Beo đang ngồi sau chấn song, mà khi vào đó, dẫu tạm thời, buộc phải để phone nằm trong túi ny-lông trao cho cảnh sát giữ. Sóc mất tích gần qua ngày thứ ba, nếu gặp thám tử chuyên nghiệp, có thể họ sẽ đặt mắt tới các motel nằm nơi khuất và không chừng họ đánh hơi tới chỗ ẩn náu của Sóc.

Hắn cho xe chạy hướng đối ngược, hắn thôi không thích đi giang hồ nữa. Hắn về lại nhà, tắm rửa và xem TV.

4.

Voi là nhà văn, hắn vẫn nhận được nhuận bút từ toà soạn tờ tạp chí hắn cộng tác. Chẳng bao lăm, tượng trưng thôi. Muốn sống hắn phải làm bán thời gian trong một siêu thị, vài người ở đó thích thú khi biết nghề tay trái của hắn, đặc biệt bà Nhện, ban quản trị, coi ngó 20 nhân viên, thường giao việc "dễ thở" cho Voi. Bà nói một câu xưa như quả đất: Đời là vậy. Biết đâu công việc ở đây giúp bạn có thêm vốn sống để lao động trí óc.

Có một đôi lần, do tình cờ ở việc sắp xếp dàn trang, bài thơ của Sóc in trước bài văn của Voi. Dĩ nhiên là hắn có đặt mắt vào, và như vậy cái tên Sóc âm thầm ghi vào bộ nhớ của Voi. Tối ấy, hắn chuẩn bị đi tắm thì có tiếng chuông điện thoại kéo hắn về ngồi lại ở vuông bàn. Bất ngờ, người gọi tự giới thiệu tên Sóc, giọng cô ta thánh thót trong ống nghe. Anh Voi à, em rất thích đọc truyện anh viết, thế giới anh dựng ra trong đó thật thơ mộng, em là con gái, tất nhiên em yêu những hồn nhiên gần là hoang tưởng, mơ hồ, xa cuộc đời xô bồ này…

Voi bỏ ý định đi tắm, hắn thay bộ áo quần sạch nhất mà hắn có, ra xe nổ máy chạy về chốn có Sóc đợi. Sóc mặc chiếc váy rộng, vải in đầy những bông hoa. Cô dựa người bên máy bán nước ngọt, chữ coke sáng đèn làm tóc Sóc vàng óng. Hồi nãy Voi đã quên hỏi, cớ sao cô chọn lấy cái motel này để làm điểm hẹn. Để giờ đây nhìn thấy cô, dáng vẻ ngây thơ của cô đã tẩy trôi, đã ban cho Voi một niềm vui, len lén. Voi nhớ lại một đôi câu thơ của Sóc, không chắc lớn tuổi như Voi có thể viết được tựa thế. Nó chứa ma lực riêng của nó.

– Anh Voi có thể mời em đến một quán ăn không?

– Dĩ nhiên rồi. Sóc có quyền chọn, miễn là nó đừng ra ngoài khả năng anh có. Ý anh là,,,

– Em thích sự thành thật của anh. Lần sau đến phiên em mời lại anh.

Voi mở cửa xe cho Sóc.

– Trông em khác lạ so với tấm ảnh anh thấy đăng ở tờ tạp chí.

– Xuống sắc quá phải không? Chính em cũng ngại soi gương, một đôi khi.

Họ bước vào một quán ăn của Ý, nhỏ và trông bình dân. Voi đi theo Sóc, cô tìm được một chỗ khuất. Xa bức tường có gắn cái TV màn hình mỏng đang trực tiếp một trận đá banh, là nơi hội tụ những cặp mắt của thực khách mãi dán vào.

Khi Sóc và Voi chọn xong món ăn, có tiếng gào lên mừng vui vì đội banh Ý vừa mở tỉ số. Những chai bia va vào nhau, tiếng chân ghế xê dịch dời đổi vị trí và tự nhiên tất cả âm thanh rơi vào yên lặng. Có hai cảnh sát viên đi theo một ông mặc thường phục đang tiến nhanh vào góc quán. Cô chạy bàn nép thân sau quầy, cô vừa gọi cho cảnh sát khi đọc hết trang nhất tờ nhật báo. Voi nhìn lên, qua tấm kính rộng của quán, những ánh đèn xanh đỏ quét từng tia sáng khó chịu.

5.

– Tôi là Trung uý Cọp. Tôi chỉ hỏi cô vài câu rồi cô sẽ được về nhà. Cô tên gì?

– Sao ông có thể bắt giữ một người mà không biết tên của đối tượng?

– Được thôi. Ông thị trưởng là gì của cô?

– Bố tôi.

– Ở motel Mộng Đẹp xảy ra vụ giết người, nạn nhân là Két. Cô biết Két không?

– Biết. Học trên tôi một lớp. Nhưng tôi đã bỏ học hơn tháng nay.

– Chúng tôi có vào trường hỏi thăm, biết là cô và Két luôn bất hoà, hăm doạ nhau. Cô có thể nói rõ về chuyện ấy không?

– Tôi muốn gặp bố tôi, tôi muốn có một luật sư.

– Được thôi. Họ sẽ đến. Trong khi chờ đợi cô có muốn gặp mặt tên sát nhân không? Hắn bảo là yêu Sóc cuồng điên.

– Tôi không muốn gì cả. Mọi người đều không ai hiểu tôi. Bố tôi đâu? Ông ấy thay tôi sẽ trả lời mọi thứ.

– Cô còn vị thành niên, cô có muốn kiện hắn về chuyện xâm hại tình dục ?

Sóc gục mặt xuống bàn, hai tay ôm đầu. Vai Sóc rung động, cô khởi sự khóc.

6.

Voi đi gặp bà Nhện, viện cớ ốm xin được nghỉ làm trong một tuần. Voi man khai, thực sự hắn cần có thời gian để viết xong cuốn tiểu thuyết. Hắn biết Sóc được gia đình gửi vào một ngôi trường đặc biệt luôn có giám thị đặt mắt theo dõi nghiêm ngặt. Một dưỡng trí viện, có thể gọi thế, nơi mà mỗi người ở đó sống riêng trong thế giới họ tự tạo ra. Thế giới sẽ bớt hỗn độn khi mỗi ngày họ được phát ba viên thuốc an thần, uống xong phải le lưỡi ra để xác nhận là đã nuốt trôi. Voi nghĩ, có khi chẳng hiểu nhau mà lại hơn. Hiểu biết nhiều quá sẽ tìm đủ cách để hãm hại nhau. Voi vào internet để xem lịch trình giờ giấc thăm viếng, hắn sẽ vào thăm Sóc, hắn sẽ mang chương đầu cuốn tiểu thuyết đang viết cho Sóc xem. Để em có thứ giải trí, hắn sẽ nói vậy. Và nếu cần em sẽ đưa ý kiến, phê bình các thứ, anh vui lòng đón nhận. Bởi em, em luôn là một người đặc biệt.

Cả hai ngồi đối diện cách một mặt bàn. Voi hỏi thăm sức khoẻ và nghe Sóc nói : Những gì em làm là do chịu ảnh hưởng khi đọc truyện anh viết. Em bị ám ảnh bởi thành quả văn chương anh tạo ra, những gì mà chúng ta xem đó là hư cấu. Hiểu một nghĩa nào đó, anh là đồng tác giả…

Voi đưa hai bàn tay đặt trên mặt bàn, muốn đan ngón với tay Sóc nhưng người giám thị lên tiếng ngăn cấm chớ vượt qua điều lệ nội quy.

Chưa bao giờ, anh rất ham muốn được hôn em. Voi nhìn Sóc, tuy kề gần nhưng mặt Sóc trông chẳng rõ nét.

BƯỚM VÀNG

Tất cả bọn con nít đều gọi tôi là ông Việt kiều, riêng Cu Sún thì kêu bằng Việt ba-lô. Tôi thích Cu Sún hơn bốn đứa kia, hắn sẵn lòng bày đường chỉ lối cho tôi, dắt tôi đi những nơi muốn tới mà chẳng đặt ra điều kiện nào cả, thỉnh thoảng chỉ hỏi xin tôi điếu thuốc.

Cu Sún mười hai tuổi, cách hắn hút thuốc sành điệu như một đứa hai mốt tuổi. Đó là tôi thích đổi ngược từ 12 thành 21. Tôi ở Canada, và họ đã đổi ngược tên tôi. Phạm văn Ba thành Ba văn phạm. Tôi đã sống trong tằn tiện hơn ba năm với chủ đích cố dành chút tiền nhằm trang trải vào chuyến đi Việt Nam.

Tôi vừa xuống tới chốn này đúng tuần, và tôi nhìn nhận ra ngay, ở đây mọi thứ đều ngược ngạo sấp ngửa, may mà người dân chưa phải lộn đầu di chuyển bằng cách trồng cây chuối, chân dong lên trời để tay chống đỡ xác thân mà dọ dẫm lần bước. Nếu móc túi thì chân e không điệu nghệ bằng tay, bắt chốn giang hồ sinh sôi lên một ngoại hiệu mới: Diệu Túc thư sinh hoặc đại ca diệu cước. Phàm đã là chân thì chỉ giỏi việc đá nhau, con gà chẳng có tay nên tuy cùng một mẹ vẫn thường đá nhau, e điều ấy rất mực bình thường.

Tôi thuê nhà nghỉ Hồng Nhan, tạm bợ đôi ba ngày vậy thôi, vì tôi thích di chuyển rày đây mai đó. Cu Sún nói: Ai bày đường mà hay vậy? Không nên để cho người ta dòm quen con mắt. Tôi ngó đầu tóc cắt kiểu lạ, chỗ ngắn sát da đầu chỗ dài như mấy cọng đuôi gà xác xơ, lởm chởm; y như "tác phẩm" ấy được hoàn tất từ cây kéo của bà vợ lớn sau khi rượt con quỷ cái chạy dài, đè thằng chồng mắc dịch xuống đường, lên giọng: Phải mà lưỡi kéo bén ngót thì bà đã cắt cái vật cà chớn luôn thích tìm của lạ.

Lời Cu Sún vừa thốt nghe cũng lạ luôn, khi ai nhìn đã quen con mắt thì mình an tâm chứ? Nếu có lời ta thán thì lúc đó mình đón nghe: Lạ lùng gì thằng chả, sáng nào mà khứa không trưng cái bản mặt dáo dác ra ngồi đầu đường uống cà phê.

Cu Sún như thổ địa, hắn biết tỏng giờ giấc sinh hoạt của tôi. Bảnh con mắt bước ra đường đã thấy hắn dựa thân vào một cây me già tuổi mãi rung lá sát bên nhà nghỉ. Mai này chẳng chừng mà hắn ghi tên theo học ngành công an. Hắn đi theo tôi ra tới đầu đường, dĩ nhiên tôi sẽ mời hắn ly cà phê sau đó. Theo kinh nghiệm, hắn nói khi ngồi xuống chiếc ghế nhựa thấp lè tè đặt loạn xị trên lề đường, ấy là chớ nên trụ mãi một hàng quán, bà con thêm dị nghị chớ được ích chi. Ô kê, tôi nghĩ thầm, luôn luôn làm mặt lạ để yên thân. Mày với tao nào quen biết gì, tao có gì không phải mà mày thích ở gần tao thế? Cu Sún có điểm tôi thích, đó là hắn chẳng phải thuộc bọn nhiều chuyện ưa hỏi han ông Việt ba-lô đại loại từ đâu về thăm cố hương? Bên đó có đúng là thiên đường hạ giới không? Với một tuần lương trả công sức lao động, chừng đó đủ nuôi sống thoải mái một gia đình 6 người cắm dùi chốn đây được cơm no áo ấm nguyên hai tháng. Cu Sún chẳng thắc mắc điều gì cả, chỉ có một lợn cợn cần nói ra: Tại sao cu ki mình ên trong nhà nghỉ mà quên đi mục thư giãn để nạp thêm năng lượng? Trời, tội gì, muốn vui vẻ chỉ cần hú tui một tiếng, chỉ ba mươi giây, dại gì cô quạnh một mình nằm chuồng heo?

Tôi nhìn hắn phun khói thuốc: Mày văn vẻ quá ông đây đếch hiểu. Hắn nhai cục nước đá: Xa quê hương nhiêu lâu mà quên béng mẹ hiền rồi? Nói bò lạc, gái gú thì có nắm bắt được không? Bướm mới 17 tuổi, qua đêm giá mềm chỉ 80 đô. Tui có cuốn sổ dán bốn tấm ảnh, trông mặt mà bắt hình dong, lựa chọn để tha hồ xơi mặn miệng đặc sản cây nhà lá vườn.

Cu Sún dúi cuốn sổ vào tay tôi. Lật giở tới lui, tôi đếm có 5 tấm ảnh cả thảy. Ờ, người này hổng tính, chỉ còn bốn nường này thôi.

Sao vậy? Giải nghệ, hoàn lương, thôi đùa nghịch?

Cu Sún trả lời: Cũng nên xem là vậy, bị đang lúc vui vẻ thì người ta nhào vô bắt tại trận. Bầm dập lắm, đau khổ lắm. Chuyện dài lắm…

Đợi hắn nói hết mấy chữ lắm, tôi bảo: Nghe, tao cũng tò mò lắm. Nó ở đâu giờ này?

Cu Sún trợn mắt lên: Tây ba lô đã lạ mà Việt ba lô xem chừng còn khủng vượt mức quy định. Tui chưa thấy ai kỳ khôi như vậy cả. Tò mò hỏi han chi vậy? Ai hơi đâu để tâm tới phận hèn lỡ sa cơ. Hắn giật lấy cuốn sổ cất vào túi quần :

Thực ra bả là chị tui, bả vừa xin được việc gội đầu cho khách ở tiệm hớt tóc Mỹ Lệ. Không chắc là bả thuận lòng chuyện đi khách nữa đâu. Cớ sao ba bốn trái lê mơn mởn đến thế mà lại đòi cho được lựu mới vừa lòng?

Tại bà chị của chú mày trông có nét hao hao, giống người quen cũ của tớ.

Tui chỉ đường chớ tui hổng muốn thấy mặt bả. Có tới đẳng, thấy ba cô thì nói tìm gặp bé Mỹ Tho, không mắc mớ chi tới cô Rạch Giá, cô Gò Công.

Toàn cõi đất đai trồi sụt hình chữ S tôi mới đặt chân thăm thú được có ba địa danh: Đà Nẵng Đà Lạt và Sài Gòn. Vậy thì cũng nên nhìn qua cho biết Mỹ Tho Rạch Giá Gò Công nó gấm vóc tới cỡ nào. Tôi bắt xe ôm tìm tới tiệm hớt tóc Mỹ Lệ. Xe chạy rõ lâu, vì theo lời "bác tài" phân trần, bị tấm bảng hiệu Quán Cháo Lòng quá lớn đã nuốt chửng chữ Mỹ Lệ. Cháo Lòng dương mà Mỹ Lệ thủ, hoặc tiệm hớt tóc phải ké né nép vào quán ăn xem đó là bình phong?

Mặc dù ba cô gái thích vò đầu thiên hạ ăn vận có hơi thông thoáng nhưng khách chớ mang tà ý khi bước vào "bổn tiệm". Hớt tóc chay chớ không kèm theo hai chữ thư giãn. Bị trời nóng thì nên mặc đồ ít vải chứ đã là thư giãn thì "căng" hơn thế.

Mỹ Tho Rạch Giá Gò Công khi phát âm ra đều giống nhau nào có gì khác biệt, giọng người lục tỉnh đều ngọt ngào dễ lọt vào lỗ tai, êm ru. Không cần lấy cứt ráy, không cần lấy ghèn, cả hai bộ phận nọ cũng tinh tường việc nghe, thấy.

Đang ế chảy vắng khách, đang ngồi ngáp vặt, tự động cả ba cô tỉnh như ruồi khi tôi đi vô. Tỉnh như ruồi e không chính xác, phải nói là tỉnh như sáo sậu. Nếu còn mơ hồ thì cứ bảo rằng chính tôi đã tạt nước lạnh vào mặt ba cô. Mỹ Tho Rạch Giá Gò Công thảy đều lanh lợi, xêm xêm cá mè một lứa. Căng thẳng thật. Thân này đâu thể xẻ làm ba. Bày trò oẳn tù tì tờ giấy cây kéo cái búa. Búa đánh quẹo cây kéo nhưng kéo cắt vụn giấy ra mà giấy thì có thể gói trọn cây búa, thứ gì cũng có mặt mạnh đi kèm với yếu kém. Búa, Kéo, Giấy thống nhất gọi tôi bằng anh Hai. Như thế là có chút nhún nhường chứ vui miệng họ đã thế bằng Cưng, cao thêm bậc nữa thì… tuỳ miệng lưỡi của mỗi nàng!

Chắc hẳn họ biết tôi là Việt kiều. Việt ba-lô nói tiếng mẹ đẻ, giọng người miền Trung:

Tôi tính đi du ngoạn về miền Mỹ Tho, có ai sẵn lòng làm hướng dẫn viên không?

Cả ba nhìn nhau, thôi chú mục đến con bò lạc. Một cô bắn tiếng:

Vô tiệm hớt tóc mà làm như tới công ty du lịch dậy anh Hai. Ngồi xuống ghế đi, trời nực thì anh Hai nên để em hớt tóc cao lên, cho mát.

Vậy cô là Mỹ Tho, e có lẽ ?

Ai đã bày đường cho anh?

Lạ lắm nghen, chắc do linh tính bày, bị đã lâu tôi thèm ăn tô hủ tíu Mỹ Tho…

Một cô tự động chen vào, chẳng biết Gò Công hay Rạch Giá :

Đã vào đúng ổ thì hơi sức đâu mà xuôi ngược Mỹ Tho cho mắc công. Ai cũng lo mần ăn, nhấc giò lên chi được, hả anh Hai !

Mấy giờ thì nghỉ mần ăn ?

Hỏi chi vậy ? Chữ mần ăn mang nhiều nghĩa lắm đó !

Tiệm vắng khách, tệ lắm trong ba người phải có người vui vẻ dắt tôi đi ngoạn cảnh chớ ?

Cả ba, thay vì chơi trò oánh tù tì "mày ra cái gì, tao ra cái này". Thay vì bốc thăm rút tăm tre, được cây dài nhất là thắng. Họ xì xầm bàn tính một hồi, sau cùng chọn ra một đại diện sẵn lòng làm thổ địa.

Đừng kêu em là Gò Công mà làm xấu mặt vùng đất địa linh nhân kiệt. Em tên Thuỷ. Giờ anh muốn Thuỷ dắt đi tới chỗ nào để thư giãn ?

Ba người vừa bàn tính chuyện chi ?

Ờ, nói thiệt nghe. Mỹ Tho thì vừa có thằng bồ mang tật ghen tuông. Rạch Giá thì đang có tháng, người dơ hầy à. Chỉ mình em là thong dong rộng cẳng. Nói thiệt đi, con Thuỷ này có điểm gì kém sút, anh hổng ưa thì tui đi lộn trở tui cho yên thân.

Ưa, ưa Thuỷ lắm. Ưa luôn cái việc giận lẫy đòi trở lui. Đưa tay cho anh nắm, rồi muốn lôi kéo anh đi đâu cũng đặng hết á !

Có vậy chớ. Anh thích chơi Thuỷ không ? Anh mà lắc đầu thì khỏi mắc công đi loanh quanh.

Ờ, đi loanh quanh cho mất thêm thời giờ. Em biết chỗ nào xét thấy an toàn thì mình hạ cánh.

Từ a tới z Thuỷ lấy anh trăm đô, tính luôn tiền trả cho nhà nghỉ, đằng chỗ chú Chín là nơi thuận tiện nhất.

Tôi đứng ngó lên vách, nơi treo tấm bảng "điều lệ và nội quy" để mặc cho Thuỷ rù rì nhỏ to với cô tiếp viên nhà nghỉ. Người nhà cả mà, quen chú Chín thì bày vẽ khách sáo chi vậy ! Cô đứng sau quầy ngó tôi với cặp mắt thiếu đường lột truồng tôi ra. Thằng chả cái mặt lạ hoắc lạ huơ mà coi bộ tịch thì suy luận là in tuồng cả đời chả chưa từng biết ăn nằm với gái gú ! Chúc vui vẻ cả làng nha.

Phòng số 5 nằm cuối hành lang nhỏ, thắp mờ ngọn đèn vàng đục. Cửa mở, vật phô trương thanh thế nhất là cái giường nệm nằm chình ình ở giữa phạm vi nhỏ có bốn bức vách vây bọc. Một cánh cửa sổ cần phải mở ra cho bay bớt mùi nồng trong phòng. Nhìn thấy vài bụi chuối, cỏ mọc cao và đầy rác thải.

Để em dội qua miếng nước… Thuỷ nói.

Khi bước ra, Thuỷ quấn quanh bụng chiếc khăn lông. Nước còn bám trên làn da bằng quân và ở phía dưới Thuỷ "buồn tay" cạo rạch trơn cái vật của cơ thể học được hoán đổi thành "con bướm".

"Bướm vàng đậu ngọn mù u
Lấy chồng càng sớm lời ru càng buồn."

Ca dao có nói qua hoàn cảnh. Nhưng giả như không lấy chồng mà chỉ thích ăn nằm với trai tráng thì bướm vàng sẽ đổi thành màu gì? Hay chữ "vàng" ấy mang một nghĩa khác, quý giá chẳng hạn.

Chữ "chơi" cũng ngộ. Chữ "đi" cũng thế. Đều cùng mang nghĩa là làm tình.

Đi không anh? Chơi em đi anh! Một đàng là đi tàu chậm, đàng khác là đi tàu nhanh. Thằng tôi Việt kiều nghe xấc bấc xang bang mà không dám nói thiệt vàng sợ chi lửa. Đờn ông con trai xa xứ, chục hết chín thằng hăm hở về quê đều sa chân vào con đường mà nhà Phật kêu bằng tội lỗi. Ấy, bạn chớ làm tài khôn để lộng ngôn : Gần bùn mà chẳng hôi tanh mùi bùn !

Đang hôn hít mùi bùn ám nơi người Thuỷ thì giật bắn mình khi nghe tiếng gõ cửa. Bàn tay quen phá đám của ai dị cà ?

Còn ai trồng khoai đất này. Thằng cu Sún thò đầu vào, cười rộng miệng :

Linh như cái miễu. Tui biết thế nào cũng tìm thấy ông Việt ba-lô ở đây.

Mồ tổ mày ! Tôi than thầm. Hắn nói tiếp, mần ăn gì chưa, đừng trách tui phá hoại hạnh phúc, ngang xương làm kỳ đà cản mũi người quen nha.

Mày muốn gì ? Thuỷ lên giọng, chẳng dấu sự hằn học.

Tui bày đường cho ổng tìm về động hoa vàng mà chưa lấy tiền công. Có con ghệ đang chờ tui bên phòng số Bốn, lời thiệt mất lòng, tui cần năm chục đô…

Giọng Thuỷ vút cao : Mới có bây lớn mà đã dụ khị được gái vào nhà nghỉ. Tao hổng tin đâu nghen mậy !

Nó là út Hiền con bà Lành bán cơm bụi, nó chịu đèn tui từ khuya rồi nha.

Thực bụng thì tôi đang phân vân lưỡng lự chưa tính ra kế sách đánh bài chuồn khi ngó vô chỗ kín của Thuỷ sạch trơn chẳng có được một cọng ngò. Tôi nào có kinh nghiệm gì, chẳng qua là nghe dân quen đi lại trên giang hồ vẫn truyền đạt "sự cố": Ăn nằm mà gặp gái "no hair" là xui chít mịa, là đời tàn trong ngõ hẹp nghe mấy cha !

Tôi la : Thiệt là mất sướng, coi như sai quy trình. Điệu này đành để bữa khác tính. Giờ muốn đẹp mặt đôi đàng chúng ta tìm tới một quán ăn, nhậu lai rai cho trôi cục nghẹn. Dĩ nhiên tôi làm đầu tàu, trao quyền cho Thuỷ đi chợ lựa chọn năm ba món. Thằng Sún có ưa dắt con ghệ theo thì cũng là chuyện nhỏ. Ăn chơi đình đám tới bến luôn !

Thuỷ đuổi thằng Sún: Biến đi mày, để tao mặc lại áo quần chuẩn bị đi kéo ghế.

Thuỷ cầm bàn tay tôi đặt vào nơi chưa trải qua trận đánh xáp lá cà :

Nhớ đó, bướm này vẫn chờ đợi anh, vẫn muốn cho chim cò Việt kiều làm du kích chui rúc vào địa đạo Củ Chi.

THƯƠNG TÌNH THẮM THIẾT

Nguyễn Văn Tình uống hết tách cà phê tự pha chế.

Trời sang mùa, ngoài ô cửa, nhợt nhạt thứ bình minh chưa thực sự thức giấc, ngái ngủ dán vào vuông kính mờ chút màu bẩn, lấm lem.

Nếu có nuôi gà, không chắc Tình sẽ nghe ra tiếng gáy. Nếu gà gật hiểu được ngôn ngữ của loài gia cầm, thế nào cũng vọng tiếng Trống phân trần cùng Mái: Mẹ con bây cứ ngủ yên, còn sớm quá mà, đừng bắt bố phải gân cổ lên gáy trái quy định.

Tình bắt đầu thay áo quần, nhớ mơ hồ một câu văn: "Con gà cứ tưởng tiếng gáy của mình làm nên bình minh."

Tình ngồi xuống chiếc ghế thấp để mang vớ tròng chân vào đôi giày đặt gần cửa. Không phải vô cớ mà trí óc Tình nhốt chặt hình ảnh gà. Huỳnh Thị Thương, vợ Tình, đã từng băn khoăn: Mình nên nấu món gì để mời khách, hả ông? Hội ý một hồi, trong thực đơn ba món ăn chơi có lọt vào món phở. Phở gà.

Là người quen cơm nhà quà vợ, Nguyễn Văn Tình như con gà trống ưỡn ngực, đập cánh: Ai chẳng biết chứ bà Thương, vợ tôi mà nấu phở gà thì ngon cho nhức nách!

Đó không hẳn là thương vợ, sợ vợ hoặc nịnh vợ; khách từng đến ăn và khách từng xuýt xoa, bảo chứng 100% chuyện ấy là cả một sự thật. Có ông bảo sau khi liếm mép, lau miệng mỡ: Tôi mà dò trúng vé số thì tức khắc sẽ mở ngay một nhà hàng thật bề thế, xong cái rinh bà Thương này về làm sếp bếp, ông Tình có vui lòng cho phép không nè? Địa phương mình cư ngụ chả có quán nào khả dĩ ngó được đặng làm nơi sum vầy chào đón khách phương xa cả. Phải cho chúng hiểu là địa linh này có lắm vì sao chưa tiện lộ hình.

Ăn nói bỗ bã? Cũng không hẳn. Bạn bè ông Tình ai nấy đều nhiễm bệnh chém gió đấy thôi. Hơi bị vô tư. Thảy một duột miệng hùm mà gan sứa! Sao Mai sao Hôm sao Bắc Đẩu cứ thế mà lu câm, chưa tiện xuất đầu lộ diện nhấp nha nhấp nháy, cứ đêm dài lắm mộng thường hằng.

Khoác thêm chiếc áo ấm cụt tay, chụp lên đầu cái nón nỉ, rồi thì Tình mở cửa đi ra. Trước, Tình còn siêng năng xuống trung bình tấn trên bãi cỏ, chân dang rộng bằng vai, hít hơi sâu, tích tụ ở huyệt đan điền rồi thở ra khi vung tay khởi động bài quyền Cực Lạc mà theo sách vở cho biết rằng chăm luyện bí kíp nọ không bổ bề ngang cũng mạnh cho bề dọc. Nhưng lóng rày Tình oải, tối lửa tắt đèn gia công việc thương yêu vợ thì liền bị chê bai: Sức ông càng ngày càng xuống, ba phần hoả hầu cũng không đạt tới, điệu này ông xúi tôi mang bệnh lãnh cảm mất. Nôm na là phở gà mà nhạt như nước luộc ốc! Chữ nghĩa rõ là con dao hai lưỡi. Cực Lạc quyền mà hổng phải quyền lạc cực, tập cho cố xá để khi lâm trận bị bạn tình ba phần cười mũi bảy phần chê bai. Bạn tình nói: Liệu cơm gắp mắm, sức mọn đừng vác nặng, biết người biết ta như thế mới tránh được tình huống mau nóng chóng nguội rất dễ bị kiểm thảo và tuột xích giữa đường cũng rất dễ bị phê bình.

Không múa quyền thì có thứ khác sẵn lòng chờ Tình mó tay. Lao động không vinh quang thức này thì quang vinh thức khác, ấy là chẳng bị một nửa của mình mắng: Người gì nhác có troi! Không phụ tôi nhặt rau rửa bát thì cũng nên ngứa con mắt mà bê rác ra đổ ngoài lộ, cầm chổi đi một vòng thế nào cũng quét nhà ra rác. Cái vật mà Tình đang nắm lấy chẳng ra hình thể một cái chổi, không nốt là nguyên bản cái cào. Tình nhớ đó là món quà của thằng con mua cho, rinh về từ Costco wholesale hôm Father's day đi kèm với cái xẻng xúc tuyết. Công dụng của vật dị hợm ấy là để gom tụ, dồn cục lại một đám lá rụng xớn xác lặt lìa trên bãi cỏ xanh. Trư Bát Giới thấy thứ vũ khí nọ hẳn phải khóc ròng. Thì cũng phải thôi, thứ gì ra thứ nấy. Lược dùng để chải tóc cho mượt thẳng mà cái cào được kiểu thức hoá này thì rất mực lợi hại để chải lá vàng rơi, sạch bong, nhậm lẹ, đỡ tốn sức. Khi trao quà, thằng con không quên thuyết minh: Con xem quảng cáo trên TV rồi, bố ạ. Và chúng xác quyết là thọ được tới 5 năm, nói sai thì hoàn tiền lui cho khổ chủ.

Khổ chủ Tình đi "loanh quanh cho đời mỏi mệt" trên vuông đất hình như chỉ dành cho nai vàng ngơ ngác dẫm lá vàng rơi. Xào xạc từng nhát, từng nhát. Chim chóc chưa bay ngang, chỉ có một bà béo người hì hục chạy bộ ngoài lộ vắng với bạn đồng hành là một chú chó mang bộ dạng có thể xả thân chết sống nhằm bảo vệ chủ kinh qua hiểm nguy mà không rụng một sợi lông. Bà Thương, vợ của Tình từng rỉ tai cho hay: Bà này tên Nancy nhà ở cuối đường, số sướng suốt ngày rảnh rang vì có ông chồng lao động cần cù một nắng hai sương o bế nuôi bả mệt nghỉ, được voi rồi có đòi tiên ổng cũng không ke.

Báo cáo cụ thể xong, vợ Tình thở dài đánh sượt: Haizz! Khi nào thấy buồn, cứ thở dài thì tự khắc sẽ vơi bớt chút gì, nhưng cách thở của vợ Tình chừng như mang nhiều ẩn ngôn. Tình nghe, cũng đành thở hắt ra cho kinh mạch điều hoà. Chạy trời không khỏi nắng hoặc đố mày cãi được ý trời. Một hôm lưới trời lồng lộng phán quyết: Bắt ở nhà phải ở nhà, loay hoay không được chẳng thà ở không. Ở không đâu phải chạy rông, ra vô đụng mặt vợ tông cái rầm. Mang nồi đổ nước mà hầm, bỏ đi bộ mặt lầm bầm ai nghe?

Bãi cỏ gọn sạch như một đầu tóc vừa qua hớt gội sấy nhuộm khi mặt trời bắt đầu gửi xuống chút le lói long lanh trên sương đọng sẽ tan. Nguyễn Văn Tình chống cây nhựa cứng thấy nhột sống lưng vì có giọt mồ hôi âm thầm di chuyển từ cao xuống thấp. Mồ hôi cũng rịn ướt làm ngứa những chân tóc, Tình cởi nón nỉ, gãi đầu. Nhớ sực là hôm qua sau khi thống nhất ý kiến về chuyện củi lửa nấu nướng thức này vị nọ, vợ Tình còn nhắn nhủ: Ông nên chỉnh trang lại bộ vó, chí ít thì vác mạng ra ngoài chỗ con Thắm cho nó vò đầu hớt tóc ngó chỉnh chu đôi phần. Già rồi, không cần đỏm dáng điệu đàng nhưng tóc tai thì phải gọn gàng. Tôi mới để cho nó nhuộm, lấy tới năm chục bạc. Nó mồm năm miệng mười: Dạ, bị thời buổi này cái gì cũng leo thang cả, bác à. Ổ bánh mì thịt có chút xíu cũng moi cho được tám đô, chẳng dính kẽ răng! Toàn cả rau rác và ớt, cay vô hậu!

Ai chứ con Thắm thì chẳng lạ lùng gì, nó vốn là người yêu cũ của thằng con ông Tình. Hai đứa cãi lẫy giận hờn việc gì đó rồi thì chia tay, Tình không tiện hỏi lỗi phải ai mắc sai lầm khi ngó thấy cọng bún thiu ám nơi khuôn mặt cậu quý tử. Sang đây một sự nhịn chín sự lành, con cái đặt đâu cha mẹ ngồi đấy, ấy là kim chỉ nam cho việc mưu cầu hạnh phúc vậy! Cái mà Tình vẫn lấy làm tiếc uổng cho thằng con, là Thắm thuộc loại đẫy đà thơm thịt mặt mày tướng tá ngon lành công ăn việc làm ổn định có đồng vô đồng ra. Đòi hỏi gì thêm? Không dắt tay cùng nhau tới bến thì quả là có mắt mà như mù vậy! Tình chẳng tinh tường nhưng Thương, vợ Tình chừng am hiểu tường tận: Thằng con ông đẻ ra khù khờ thấy mẹ, sánh sao được với con Thắm khôn ngoan sách hoạch lắm kinh nghiệm trường đời. Nó chê bai đồ cù lần thì cũng đúng thôi.

Do đến sớm nên Nguyễn Văn Tình không phải đợi chờ lâu. Thắm chỉ tay vào ghế: Bác ngồi đi. Cô này vì có lấy hẹn trước nên phải ưu tiên, bác có gì lạ không? Chỉ tới hớt tóc thôi? Tình gật đầu. Ở trong chu vi hình chữ nhật này có một thứ thật tiện lợi, ấy là khi chuyện trò người ta chẳng cần quay đầu nhìn vào mặt nhau. Một tấm gương dài miên man gắn vào vách tường, nếu đừng ngủ gật thì hai con mắt sẽ thấy bao quát, chi ly những người ngợm, những vật thể hiện diện quanh quẩn. Một người phụ nữ đang ngồi vào lòng chiếc ghế bọc nệm giống hệt Tình, đặt song song. Khác biệt là bà ấy được phủ tấm khăn choàng ny-lông từ bờ vai xuống quá đầu gối và một đầu tóc rất dài, rất rậm đang có bàn tay Thắm lùa vào, lùng sục, cào bới, làm rối rồi lại chải thẳng. Vị khách đỏ da thắm thịt kia đang đưa mắt nhìn vào tấm gương, kỳ thực là ngầm quan sát Tình khi nghe tiếng Thắm vừa gióng lên: Bác vẫn còn viết chuyện ngắn chớ? Tình ngó xuống những tờ tuần báo nhăn nhàu xô lệch nằm trên chiếc bàn nhỏ.

Ấy, tôi đã dùng bút hiệu đàng hoàng mà sao

cô Thắm cũng biết cà? Tóc người ngồi kề tha hồ rơi rụng theo hai lưỡi kéo có trên tay Thắm linh hoạt xắp, cắt, tỉa.

Trời, bác có đổi thành tên Ghét tên Hận tên Giận thì người ta cũng nhận ra thôi. Bác kể chuyện tình nghe mùi dễ sợ... Nói chơi chứ ngày đó có lần anh Thiết nói cho con nghe, ổng chuyên ngoại tình tư tưởng với má tui. Thức đêm thức hôm cứ mơ mộng chuyện tào lao.

Nguyễn Văn Tình giật mình. Sinh ra ngươi là ta mà người đâm lén ta chính là ngươi vậy! Ta là Đổng Trác mà ngươi đích danh là thằng Lã Bố đấy ư? (Nói xong nước mắt trào ra như suối chảy. Điêu Thuyền, một trong tứ đại mỹ nhân, đưa bàn tay ngọc lên che miệng cười khúc khích, tiếng cười như lụa xé).

Thấy quê một cục, Nguyễn Văn Tình cúi thấp người đưa tay với lấy một tờ báo. Từ lâu Tình thôi "ngoại tình tư tưởng", thôi viết nhăng cuội gửi đăng, thôi phô bày nỗi lòng khi nghe bà con dùng chữ "báo chợ", thấy mất linh, thấy e mình chớ nên lạc bước vào chốn rậm rật đó. Vậy chứ tình ngay, bà con vẫn mặn nó, hằng tuần vẫn đợi chờ. Bạn gái nhỏ to. Gỡ rối cuộc tình éo le ám vào đời hoa thầm kín. Tin về siêu sao Đài Loan Hàn quốc sửa ngực độn mông rồi buồn tình tự tử. Kết bạn bốn phương đăng ba kỳ lấy giá năm chục thư đầu nhờ toà soạn chuyển... là những mục có uy lực khiến bà con xem hoài không chán. Nghe nói chủ nhân

Thắm cũng chi trả bộn tiền để cậy đăng vuông "đất" nhằm quảng cáo thương hiệu chuyên trị cắt gội nhuộm bối có nghệ thuật. Và Thắm đã nổi tiếng, dù không mượn lời ca do bọn nhỏ rắn mắt cải biên: Trông kìa ai như cô Thắm, đang đứng tắm, đưa hủ mắm, mời anh nhắm, mặn quá lắm…

Tình lén nhìn Thắm, cách chừng ba gang tay mà bên đó chăm gửi qua đứa ngồi khờ câm bên này mùi nước bông thơm hơn cả xà phòng cô Ba, quá sức dằn vặt. Tình không biết dùng chữ gì để áp đặt vào cậu quý tử và cũng chẳng hiểu cớ sao các bậc phụ huynh vẫn xem con gái mình là hủ mắm treo đầu giường. Quả bom nổ chậm thì ô kê. Sẽ có ngày nó làm tan tành xác pháo hồng rồi thì lục bục tiếng nổ của xe hoa mang con sáo xuống thuyền sang sông. Ba ơi, con đi đây. Gạt lệ theo chồng hổng biết chốn ấy có mưa không…

Thật là làm việc không hở tay. Khách phụ nữ đứng dậy phủi phủi khăn áo lụa là, săm soi mặt mày trong gương, móc ví lấy tiền, cho ít đồng boa, chủ thốt bai cô, đóng hộc đựng tiền xong cái xoay qua chiếu cố sờ đầu cái ông khách mà nếu có duyên phận thì đã gọi là bố chồng. Ba muốn con hớt kiểu gì đây? Ờ, ngó sao cho đặng, đừng chơi kiểu ba phân như lính mới vào quân trường, khi ấy về nhà má con cứ tưởng lão hàng xóm lân la cà khịa thêm căng thẳng hiện trường.

Nguyễn Văn Tình được choàng khăn, cái áo đi mưa không nón chẳng có tay ấy dường như rũ chưa phai hương ấm luyến lưu vừa xa thân nhiệt vị nữ khách. Muốn biết cô Thắm mần ăn có đắc địa không chỉ cần dòm qua cái nền gạch bông kia là rõ mười mươi, tóc rơi sợi ngắn sợi dài, sợi đen sợi bạc sợi nâu sợi hung sợi vàng quấn quýt ôm ấp nhau đề huề dồn về một góc.

Sao Thắm không tuyển thêm thợ đặng phụ một tay?

Dạ có chớ, con nhỏ này mới ở Việt Nam qua, bị nó theo học khoá Anh văn cấp tốc, ăn trưa xong nó mới có mặt, chưa có đủ giấy tờ nên nó đòi trả tiền tươi.

Tình nhắm mắt nghe Thắm tường thuật chuyện đời cô Lựu. Rất gay cấn, rất ngọn ngành, tựu trung là một hoàn cảnh sống động dẫn tới cái kết cuộc rất có hậu. Thắm mà quỡn, có sức đêm về chong đèn viết văn gửi "báo chợ" thì hổng chừng mà ăn đứt chuyện ngắn của Nguyễn Văn Tình từng vắt óc thêm mắm dặm muối.

Cả khách lẫn chủ nói chuyện gần chuyện xa hùm bà lằng mà cả hai tuyệt không đá động chi tới nhân vật Thiết, đứa con vô phúc của Tình mà theo cách đánh giá của má nó: Thằng cù lần !

Cù lần là giống gì, Tình chưa từng thấy qua mặt ngang mặt dọc. Tình ngay, thằng Thiết con ông xem chừng cũng là đấng nam nhi đầu đội trời chân đạp đất cho dù nó không là đại trượng phu. Nó từng nói trong bữa cơm: Thây kệ, cứ ở không cho khoẻ trí.

Thằng này chắc chưa đọc thơ: Đời vắng em rồi vui với ai? Nó cũng chẳng biết uống rượu để "say với cha".

Thắm chấm dứt nửa giờ lao động chân tay bằng cách cầm cái chổi thu nhỏ để quét tóc vụn bám nơi mặt ông Tình, cào mấy nhát nhột nhạt ở sau cần cổ rồi tuyên bố: Xong, quá sức đẹp trai!

Nguyễn Văn Tình ngó đứa đẹp trai đọng trong gương. Đẹp thì quả có đẹp thật nhưng quan trọng là về nhà vợ có đồng thuận chăng, bởi lần trước con Thắm buồn chuyện gì mà hớt xong, khi mang thành quả nó gia công động dao động kéo đã bị bà Thương đứng án nơi cửa: Coi, cái mặt lạ hoắc lạ huơ, nửa láo liên nửa ngơ ngác, nửa cộc cằn nửa ra dân anh chị.

Thằng Thiết biết ông già nó về từ cửa hiệu con Thắm nên chen vô: Má đòi chi hơn? Ba có đứng xa cả cây số má cũng nhận ra mà, còn ai trồng khoai đất này.

Mồ tổ mày, thời chưa đẻ ra mày, mặt ổng ngó dễ thương lắm kìa.

Tình móc túi quần trả tiền theo giá biểu hiện hành nhưng Thắm gạt đi, một mực từ chối. Sao vậy? Có sao đâu, chỗ quen biết cả mà. Không chừng bữa nào con có việc thì nhờ bác giúp cho một tay, khỏi áy náy…

Bác tên Tình thì con cũng đã biết rồi, người

bác rất chi là tình cảm, có thể đó là điều Thắm chưa biết, giúp được Thắm thì bác rất lấy làm hoan hỉ, sẵn giờ chẳng có ai Thắm cứ nói đại ra xem thằng Tình này liệu có đủ sức không? Bác đừng cười nghe hôn, con mới viết xong cái chuyện ngắn, cứ đắn đo mãi và nghĩ là nên nhờ bác nhuận sắc lại. Chỗ nào dài, nhờ bác cắt. Nơi nào rườm rà, nhờ bác tỉa. Chỗ nào chưa lâm ly, nhờ bác nhuộm. Nơi nào sướt mướt quá, nhờ bác sấy khô. Và đọc xong nhờ bác chọn lấy một trong ba tựa đề "Chuyện tình không đoạn kết" hoặc "Lần đầu làm chuyện ấy" hoặc "Chuyện bây giờ mới kể".

Ô kê. Nguyễn Văn Tình đáp, lòng rất mực hứng thú khi được giao sứ mạng dễ như ăn ớt. Người ta bảo: Thi không ăn ớt thế mà cay! Nhưng cho Tình vào trường thi chuyến này, giải bài toán đố nọ thì cầm chắc là trúng tuyển, đậu cú một. Nôm na là nghề của chàng. Đưa ngón tay ra móc nghéo để minh định lập trường mèo dấu cứt: Bác chớ cho ai hay cái hợp đồng vừa ký kết lén lút này, giữa song phương.

Ô kê, ô kê. Có cần làm dấu thập trên trái tim không?

Thắm cười, thậm duyên dáng. Má lúm đồng tiền hẳn hoi. Chừng nào đăng báo rồi, mình dắt nhau đi ăn phở mừng con đường quan lộ hanh thông, rồi con sẽ bôi trơn cho người cộng sự một phong bao gọi là… tiền nhuận bút.

Nguyễn Văn Tình cầm cái bì thư màu vàng

khổ lớn vung vẫy thế lời chào tạm biệt rồi bước ra khoảng sân ngập nắng. Nó nhốt chừng mười trang giấy viết tay, không nhiều nhặng gì nhưng vẫn mang chút trọng lượng chẳng thể coi thường, bởi giam trong ấy là cả một tâm sự mãi đè nén, mà đã là tâm sự thì nặng nề là điều ắt có và đủ.

Điện thoại di động trong túi quần phát tiếng inh ỏi, Tình móc ra: Đang ở đâu đó? Đi gì lâu dữ thần! Có tiện đường tạt qua chợ nhắm mua giùm tôi vài thứ cầu dừa đủ xoài đặng cho khách ăn tráng miệng. Có thừa ra đồng nào thì xách luôn một xâu bia, khỏi mất công. Họ có email nhắn là tầm sáu giờ thì xuống tới, ông liệu mà về sớm còn phụ tôi vớt bọt nồi phở gà rồi trụng sợi lặt giá thái hành ngò. Sao, đã hớt tóc ngó cho tử tế chưa? Chồng con Nụ tới giờ này mà trông mặt vẫn còn trẻ măng, lão lớn hơn ông tới hai tuổi chứ ít gì!

Có đôi ba sợi tóc ngắn rơi vô lỗ tai làm Tình thấy ngứa. A lô, ông có nghe tôi nói không? Chết chửa, giờ mới phát hiện ra, ông nhớ mua bó rau húng quế với một chai tương hoisin, nhé.

Nguyễn Văn Tình nghe tiếng bai kéo dài, cắt sóng. Mấy chục năm về trước giọng nói của cô gái mang tên Huỳnh Thị Thương mỗi bận cất lên nghe thương hết biết. Bây chừ cái thương nọ đã bỏ trốn đi đâu? Vượt biên mất đất không thèm gửi lại chút vàng son cũ.

Nguyễn Văn Tình đưa đầu trần vừa cắt ngắn

dưới nắng nôi đứng ngọ, miệng đọc thầm ca dao ngẫu hứng: Ra đi chân thẳng cẳng dùi, thương hình bóng cũ ngậm ngùi đổi thay.

Tình vào trong chợ hoàn toàn nói bằng tiếng Việt chẳng cần phụ đề tay chân, đẩy xe kêu cót két tìm mua những thứ "ra đi vợ có dặn rằng". Dặn tứ tung bát giác phải đứng yên lại thần hồn mới đả thông bộ nhớ. Chết chửa, sắm đủ bộ sậu theo mức đòi hỏi kiểu này, trẻ lên năm làm toán cộng cũng rõ đáp số là thiếu hụt một khoản không nhỏ. Thời may từ hàng thịt xuất hiện một cứu tinh: Thằng Thiết. Đặt tên mày còn linh hơn cái miễu, mày đúng là thứ tao cần thiết: Money.

Má dặn Ba mua hùm bà lằng mà quên nhét túi chút bổi cho ấm đít, tao đang lạnh cẳng thì ngó ra mày. Vén tay áo cân dùm ba phen này, có đặng không? Thiết ngó vào lòng chiếc xe đẩy, nhún vai: Chuyện nhỏ. Í, ba mới đi hớt tóc à? Có gì lạ không?

Không, nó vẫn vậy.

Sợ thằng Thiết tự ái hảo, ông Tình dấu chuyện con Thắm hổng thèm lấy tiền công. Chữ vẫn vậy nó hay ở chỗ: Mọi thứ chả có gì đáng nói cả. Cũng cứ rứa, y như xưa, vũ như cẩn. Nhưng có chữ hay tột bậc, vô đối, đó là chữ Thiết mới nói ra: Chuyện nhỏ. Khi người ta xem mọi vật trong cuộc đời này đều tiểu tiết thì cuộc đời đó quả đáng sống, rất đáng thụ hưởng. Thậm chí không may lỡ thác đi, dùng tàn lực để thốt "chuyện nhỏ" thì khi đó, e thân bằng quyến thuộc vây quanh cũng vơi bớt niềm thống khổ bức bối.

Chiều nay, đi đâu thì đi, nhưng cỡ sáu giờ nhớ ghé nhà dùng bữa, má mày lo toan việc trổ tài nội trợ đã ba hôm rày.

Thiết nói: Ghé chớ. Lại phở gà?

Tình cười: Đích thị. Con gà tục tác lá chanh, con chó chạy lại tha nhanh củ riềng. Ai như anh bạn láng giềng, thầm thà thậm thụt không tiền đòi xơi. Thiết đưa thông tin khi nó vừa xem xong báo mạng: Bây giờ người Hà Nội bắt đầu tỏ ra văn minh rồi đấy, uỷ ban nhân dân thành phố thiết tha xin bà con ngưng việc ăn thịt chó, văn bản ghi: "Chó có cấu trúc tâm thần gần với con người. Ăn thịt chó tức là ăn thịt người". Con không giỏi tiếng Việt mấy, nhưng nghe họ nói loáng thoáng rất giống cấu trúc giọng tâm thần.

Tình ngó Thiết, khi người ta thất tình, "sự cố" nọ có dẫn người ta tới cấu trúc của hận đời đen bạc? Hai cha con ít khi có dịp tâm sự, đến khi trò chuyện, cha mới phát hiện thằng con ngó lụt lịt mà địt ra khói. Con Thắm vin vào cớ gì mà chê ỏng chê ẹo chàng Thiết nhà ta? Nhớ tới Thắm, ông Tình lẳng lặng nhét phong bì thư chất cộm tâm tư ấy vào trước bụng, đã lỡ hứa với đối tượng rằng chớ vạch áo cho người ngoài xem lưng, nhất là người từng chung lối về một dạo với Thắm.

Đột ngột, người bạn trẻ đi sát ông Tình đưa ra câu hỏi: Khách mời có đông không? Con kéo thêm cô bạn gái mới quen tới tham dự thì có trở ngại gì không?

Ôi, sợ hẹp lòng chứ đâu ngán nhà chật. Má mày nghe thế thì ắt phải mở cờ trong bụng. Bả cứ nằm mộng thấy nửa khuya thức dậy ẵm cháu nội mà hò ru em suốt.

Khi biến giấc mơ của ai kia trở thành sự thật thì chắc là dân giàu nước mạnh ngay, chuyện nhỏ. Thiết được trớn: Nhỏ này làm nail, chạy xe Lexus, thể hình hơi gầy nhưng mức thu nhập thì cao gấp đôi đứa chuyên nghề hớt sấy gội nhuộm. Nó nhờ đi chợ mua ít đồ, bây giờ con chạy lại chỗ nó giao hàng cái đã, có gì chiều sẽ gặp mặt đông đủ.

Tình nói ô kê, tao đang chuẩn bị tinh thần để tối nay uống say một bữa. Mày thử hỏi xem liệu nó có hứng thú làm móng tay móng chân cho thằng già này không?

Thiết đập tay vào vai ông già, nửa cảnh tỉnh nửa thế cho lời bái bai.

Chuông điện thoại lại réo trong túi quần, Nguyễn Văn Tình biết tỏng vợ hiền sắp ra chỉ thị nên chẳng bắt máy, giả lơ. Bổn phận con người không cứ là phải thực thi điều lệ nghe ai gọi thì kíp giả nhời. Ngày gọi trăm tráo thì lỗ tai sẽ chóng điếc đặc.

Thấy ruột lỏng lẻo, Tình ghé vào một quán ăn. Vắng khách, e nấu ăn dở, nhưng đôi lúc thực khách cũng nên thử "ta dại ta tìm nơi vắng vẻ".

Mấy người?

Một.

Mời bác vào ngồi bàn này, bác ăn gì ạ?

Tôi thấy bảng hiệu ghi "chuyên trị hủ tiếu", thấy sao thì biết vậy.

Khô hay nước?

Khô.

Nguyễn Văn Tình buông người xuống ghế. Bác uống gì không ạ?

Cà phê.

Sữa đá hay đen nóng ạ?

Đen đá.

Trên trần có bắt cái quạt máy, biếng nhác quay mòng. Quay là quay vậy chứ xem chừng ruồi cũng đã lờn mặt, có một con rõ to đang lân la trên bàn dòm chừng động tĩnh. Tình ngồi thẳng lưng để lôi phong bì dấu trước bụng ra. Khi trao tay, nó khô ráo, giờ này nó úng thuỷ vì ngấm rút bao suối nguồn mồ hôi Tình đổ vào, mềm oặt. Tình đọc thấy một hàng chữ nằm trên trang giấy đầu: "Tên nhân vật và những tình huống xảy ra nếu có trùng hợp với ai ngoài đời thì do ngẫu nhiên tình cờ, người viết vô can, hoàn toàn không chịu trách nhiệm."

LẠC SỢI TÓC PHAI

Nghe tiếng mở cửa, anh từ bếp bước ra. Lối đi hẹp chợt tù mù khi chị khép đóng cánh cửa sau lưng. Trời mùa này chóng tối, người ta đã vặn ngược kim đồng hồ lùi lại một giờ mong cứu vãn chuyện ngày ngắn đêm dài và nếu là mùa hè tay anh đã không chạm vào công-tắc đèn. Bóng tròn vàng ấm chiếu xuống dáng chị đang ngồi cởi giày, anh cảm nhận dường như lúc này chị trông mập ra và thấp người lại. Chị vừa rơi vào hạng tuổi mãn kinh và áo xống ngự hàn vây bọc có thể nó đánh lừa một cảm nhận ở mắt anh.

Như mọi lần, anh phụ vợ mang ba túi ny-lông lui bếp chật. Chị đang treo chiếc áo bành tô lên những nụ gỗ nhô ra đóng dưới bức tranh nhỏ in lại cảnh chiều tà của một hoạ sĩ phái ấn tượng châu Âu đầu thế kỷ hai mươi. Anh từng đi chợ trời và mua được bốn năm tấm, treo đó đây, từ hành lang vào nhà vệ sinh và ở góc bếp. Những bức tranh u tối, phong cảnh cũng như tĩnh vật và chị từng quở anh không có khiếu về mỹ thuật, trang hoàng nhà cửa phải lựa thứ gì trông vui mắt một chút, có ai như anh!

Vào bếp chị nhìn anh chất thịt thà rau rác ra: Bây giờ cầm năm chục bạc trong tay thì chẳng biết mua được những gì! Vật giá mãi lên cao, cục thịt bò có chút xíu mà giá mười đô. Bữa nay còn bày đặt tính năm xu cho mỗi cái túi ny-lông nữa chứ. Anh rót cho em miếng nước trà, khô hơi rát cổ quá! Anh đưa bàn tay thăm dò chiếc bình sứ có vẽ hoa văn những nụ hoa nhỏ màu xanh tím, nó còn ấm. Anh nói: Khi em đi chợ, có điện thoại của con Bê gọi lại. Chị đón tách trà từ tay anh, xoay đổi thế ngồi trên ghế: Có chuyện gì không? Ừ, Bê nó bảo cuối tuần này bố mẹ chồng nó có nhã hứng mời tụi mình đi ăn nhà hàng, nó sẽ tới chở mình vào khoảng sáu giờ. Nó dặn ba phải động viên má, nói thêm vô, chứ quanh năm cứ để bả loay hoay trong nhà, thấy thương quá! Anh nghĩ sao? Tuỳ ở em thôi, em không đi anh cũng ở nhà theo. Nhưng mà tội gì, có cớ để tạm xa lánh bếp núc củi lửa một bữa cho nhàn thân.

Anh nhìn đồng hồ, chưa phải lúc để đổ gạo vào nồi cơm điện. Hai vợ chồng có khi ăn chẳng hết một lon gạo, bởi chị nghe ai đó nói rồi quyết thực hành theo: Buổi sáng nên ăn như một đại gia, buổi trưa ăn theo cách của bọn trung lưu rồi buổi tối hãy xơi cơm như đứa ăn mày. Anh rất bất mãn, hậm hực trong bụng nhưng chẳng nói ra, bởi thực chất anh chưa bao giờ được sắm vai đại gia để đối mặt với sơn hào hải vị cả. Đám cưới con Bê thì không nói, hãn hữu, ê hề những mười món, nhưng thấy con nó hạnh phúc quá, phận làm cha đâm ngang miệng, quên đói. Bê theo chồng ở cách nhà cũ bốn lăm phút lái xe, Bê ra riêng và cô con gái duy nhất của anh chị như biết để lại chất chồng những hụt hẫng mà thời gian đầu sự nhớ thương con đã làm anh chị mất ngủ. Dưới mắt anh, Bê còn bé bỏng dại khờ quá, chẳng rõ đời sẽ dạy Bê những gì trong lúc anh nghĩ lòng thương của cha mẹ gần gũi bao che sẽ là thứ vũ khí duy nhất nhằm chống trả lại, an toàn và hiệu nghiệm. Anh đã lầm, chỉ có anh mới ngu ngơ với đời sống tây tà này, ngược lại xã hội bên ngoài đã là sông hồ cho Bê hoá thân thành cá tha hồ vẫy vùng và vượt qua được bao sóng lớn.

Không biết có nên nhận lời. Vợ anh lên tiếng. Sao thấy ngại quá, bởi mình ăn của họ một bữa mình phải tìm cách trả lại cho xứng với bữa ấy. Anh nhìn chị, người đã hạ sinh ra được một cô công chúa tên Bê. Anh lấy chị làm vợ lúc chị bằng tuổi Bê giờ này và rõ ràng Bê đúng là một phó bản không sai trật, một thứ photocopy thật hoàn chỉnh riêng ở dung mạo. Nói đẹp thì không hẳn, sự dịu dàng lẫn trốn ở đó đã tạo ra sức quyến rũ khó cưỡng chống. Và cánh hoa ngày nào đang bước vào lằn vạch của tàn phai. Khi Bê chưa lên xe hoa, thảng hoặc lén trộm nhìn con anh đã yếu lòng chối bỏ thực tại để nhớ về một thời "yếu bóng vía" khi chạm tới ngưỡng hạnh phúc. Đôi lúc anh phát tạp niệm, anh ghen ghét thằng con rể kia, đến độ sau ngày cưới anh đã thốt thành lời với Bê: Con không được khóc, hãy cho ba má biết ngay những điều khiến con phật lòng. Anh nhìn chị, anh tự trách là chẳng mang chị tới sống cùng những vật chất no đủ như thứ đổi đời mà bàng dân thiên hạ mãi hãnh tiến, lời chị nói vừa rồi đủ vẽ ra một cảnh sống đạm bạc, toan tính, ăn bánt ít mà chẳng có bánh quy trả lại. Em chớ nặng lòng, con sẽ tế nhị giúp mình một đáp lễ phải đạo. Rồi anh đùa: Sinh ra Bê là em cùng anh mà người hiểu vợ chồng mình chính là con vậy.

Chị đứng lên, đến thùng rác đổ xác trà, mở nước ở bồn để rửa bình cùng ly tách: À này, đã bao lâu rồi anh chưa hớt lại tóc? Thằng cha ngoài khu Eden lấy anh nhiêu tiền? Năm ngoái mười hai, năm nay tính mười lăm, lão giỏi tay nghề xoèn xoẹt chỉ mất hai phút, chưa hưởng tứ khoái đã vội đứng lên! Đoản hậu! Ở ngoài chợ, hồi nãy em thấy có dán miếng giấy quảng cáo hớt tóc nam giá chỉ một đô. Anh ngó đầu tóc rối của chị có đính chiếc kẹp bằng kim loại phản quang dưới ánh đèn: Em có mang kính theo không? Chí ít phải mười đô, thời buổi này ai đâu lấy giá kỳ khôi vậy? Mệt anh quá, hồi nào đi cà phê cùng bè bạn tạt vào xem qua cho trôi hồ nghi. Họ in con số 1 to đùng, bộ đui hay sao hổng thấy? Thế mới nói. Ừ, tóc anh xác xơ quá, nên để cho tông-đơ cùng lưỡi kéo cày qua một bận trông chỉnh chu đặng đi ăn tiệc cùng sui gia. Một đô thôi à? Nghe mà ham. Phải chi mình có ba đầu sáu tay cùng đi hớt một lần cho người ưa việc từ thiện kia được lu bu.

Hôm sau, thay áo đổi quần, anh nói cùng chị: Anh đi chỗ một đồng đây. Không chừng bữa nay con Bê sẽ gọi phone cho em để tỉ tê. Là con gái, có nhiều thứ nó ưa tâm sự với mẹ hơn. Quen lệ, anh không ăn sáng. Đại gia thì chúng điểm tâm những món gì nhỉ? Hàng quán người Việt chốn này đều mở cửa vào tầm 10 giờ và anh làm kẻ trung lưu tạt vào tiệm phở ăn trưa. Ở nơi lao xao nọ thế nào anh cũng gặp một đôi người quen biết, anh rất nể nang họ bởi hầu như họ thông thạo lắm lãnh vực, chuyện gì cũng biết tường tận, sâu xa. Ai cũng có khả năng làm trưởng ty thông tin văn hoá. Dĩ nhiên họ sẽ chứng thực và bày đường cho anh biết địa điểm có mọc lên tiệm hớt tóc hoang đường lấy giá một đô la. Một đồng mà làm gì được hả trời! Ngay cả những kẻ cùng khổ ngồi co ro bên vệ đường cũng chả vui thú khi cái nón đưa ra chỉ hứng vỏn vẹn number one. Nó chưa nổi quạu là đã may!

Hoá ra đó là trường dạy nghề. Phòng kê 6 chiếc ghế nệm chạy dài theo tấm gương soi liền lạc. Ở cửa có người chỉ tay vào cái máy dùng để lấy số thứ tự và người ấy sẽ trấn an, đại để: Không có răng mô, đưa đầu cho học viên thực tập, kiểu làm nháp, sau đó thầy cô cao tay nghề sẽ chỉnh sửa lần cuối cho tươm tất vén khéo. Nghe có hiểu không? Anh rất dị đoan, hài lòng vì nắm trong tay con số 9, thế nào mình cũng được người mát tay chiếu cố tùng xẻo. Khách toàn cả đàn ông, hạng nghèo khó hoặc có máu phiêu lưu ưa mạo hiểm. Một lão bụng bự vừa rời khỏi ghế và số 9 được gọi liền khi. Chiếc ghế đang được làm sạch tóc vụn bám, có cô con gái nói hê-lô rồi chỉ tay biểu anh ngồi. Một thoáng ngại ngần để sau đó cô gái ném ra hòn sỏi dò đường: Bác người Việt, đúng không? Anh nhìn vào tấm gương nhưng kỳ thực là trông rõ toàn thân cô gái đọng chiếu trong ấy và anh vội gật đầu. Lý ra cháu sẽ phụ trách ông số 10, nhưng bà cô bảo số 9 là người Á đông, ắt sẽ dễ ăn nói, dễ thông cảm hơn, mày nên xí phần. Anh cười trong gương soi: Ừ, bác cũng thích được người đồng hương ra tay vò đầu mình. Cháu tên chi hè? Ở trường huấn nghệ họ gọi là Linda, nhưng đúng tên cháu là Mỹ Linh. Anh ngồi cứng người trên ghế để cho Mỹ Linh quàng khăn, siết chặt cổ. Đầu anh như một chậu hoa héo đang được bàn tay trắng trẻo kia phun bụi nước lạnh. Cô lùa mấy ngón vào cày xới cho nước thấm đều, rối tung lên rồi mới chia đường ngôi để chải ngược lui. Bác muốn hớt sao đây? Ừ, chỉ biết hớt ngắn ngó cho gọn nhẹ. Trong gương vẫn lưu giữ một ảnh hình, có khi mù tăm có lúc rõ nét, xác quyết và ngờ vực trộn lẫn. Giọng nói trong trẻo của Mỹ Linh như ngầm xúi anh lạc bước vào một hồi tưởng. Hớt tóc ra giá một đồng là chuyện hiếm có, nhưng người đang lao động ở sát sau lưng anh sao chừng như thấy quen. Không dằn được lòng, anh cất tiếng: Bác nói điều không phải thì Linh bỏ qua cho, cháu sang đây lâu chưa? Dạ đã ba năm, xem như còn mới. Bà dì có mở tiệm làm móng tay và hớt nhuộm sấy gội nên mai này cháu sẽ về đầu quân làm trong tiệm của dì. Mẹ cháu thì sao? Phải mẹ cháu tên Trần thị Mỹ Thanh không? Cây kéo khép lại hai lưỡi, đứng yên trên đỉnh đầu anh. Đôi mắt to, đen láy im sững trên mặt gương.

Cháu xin lỗi, tay nghề vụng quá, bị kéo cắt phạm một nạm tóc… Hớt ngắn kiểu nhà binh thì bác có oán trách cháu không? Không đời nào, nếu người tên Mỹ Thanh là mẹ cháu. Ngày xưa tóc bác vẫn thường trực húi cua. Bác đeo lon Thiếu Uý, Thiếu Uý Nam, Sư đoàn 1 Bộ Binh đóng ở Dạ Lê, nói vậy chắc mẹ cháu sẽ nhận ra, hy vọng vậy.

Bà thầy giáo chắc cho Linda điểm cao vì bản nháp ấy bà chẳng đụng tay vào chỉnh sửa, chỉ mạnh tay vặn vẹo cái đầu anh để ngắm nghía. Mày chỉ cần thay lưỡi ở tông-đơ để cạo hai bên mai, đi vòng quanh tai rồi chấn ở sau ót là xong. Bà nhìn xuống đồng hồ đeo tay: 12 phút, vậy là giỏi quá rồi. Mỹ Linh dùng cái bàn chải lớn để quét tóc vụn bám trên cái đầu ngó ngô nghê, trong gương in rõ một khuôn mặt trông quá đỗi lạ lẫm, gượng gạo. Ở đây không thể nói được nhiều, cháu ghi số điện thoại của mẹ để bác tha hồ nhắc chuyện ngày xưa. Tha phương ngộ cố tri, bác thực bụng có mừng vui không?

Mặt trước là con số dị đoan 9 nút đỉnh cao của bài cào, mặt sau vuông giấy nhỏ chứa vừa vặn 10 con số điện thoại đủ đầy của một người đàn bà mang tên Thanh. Khi vợ anh hạ sanh ra đứa con gái, vợ anh đặt tên ở nhà cho nó là Bê. Tên ghi vào giấy khai sinh thì cho anh toàn quyền định đoạt và anh đã nghĩ ngay tới chữ Thanh. Vợ anh không biết về nguồn cội một điển tích, cũng như anh ngỡ Thanh lớn mãi còn chôn chân ở quê nhà. Thanh ơi, Thanh ơi, anh gọi thầm. Những sợi tóc phai đã bị người con của Thanh hớt cho sát đầu, rơi rụng xuống để giờ đây anh nghe lạnh gáy.

Anh về nhà, nếu nuôi chó hẳn nó sẽ chồm ra sủa bởi ngay cả vợ anh cũng nhận không ra thằng đàn ông lạc hồn đang bước vào. Vợ phán: Thành quả của chỗ một đồng đó à? Thật là tiền nào của đó! Hớt ngắn cái mặt anh trông cộc cằn quá! Con Bê mới gọi em, nó loan báo là vừa đi siêu âm và cháu nhỏ nằm trong bụng nó là con gái. Mẹ tên Thanh chẳng biết con nó sẽ mang mỹ từ gì cho xứng đôi? Anh đi vào phòng tắm: Con tụi nó chứ đâu phải con mình đâu mà băn khoăn một tên gọi. Đặt tên Mỹ e tiện việc sổ sách hơn. Thanh có hỏi thăm anh không? Ai? Bê hả? Chuyện đàn bà con gái bầu bì sinh nở thì mắc mớ chi tới anh, hử! Anh nói nhỏ: Đợi khuya anh sẽ gọi Thanh.

NGÔI THỨ HAI

Ở gian nhà bếp, nơi xét thấy thích hợp nhất, anh có đóng cây đinh vào vách, treo một cuốn lịch gần bên bàn ăn. Tấm bìa cứng dùng để dán chặt, bôi keo ba trăm sáu mươi lăm tờ giấy lại với nhau. Cỡ giấy khá lớn, kích thước bằng với loại sách bỏ túi (livre de poche) của Tây. Mỗi ngày, anh dành quyền tự tay bóc rời từng tờ. Chị tôn trọng. Chị biết anh ưa viết lách lăng quăng vào mặt sau mỗi tờ lịch. Tuy lớn tuổi, chữ anh vẫn cứng cáp, ngay hàng thẳng lối, chưa cứng tay và… đẹp là do bởi siêng viết hàng ngày, nét mềm mại. Chị đồ chừng vậy bởi chẳng mấy khi chị ghé mắt đọc trộm. Trong gian bếp người ta cấu trúc một cái bàn thẳng góc gồm nhiều hộc tủ. Chứa dao muỗng nĩa đũa búa kềm cưa kéo bao bì dây nhợ linh tinh lục tặc… Ở đó luôn chừa một ngăn trống dùng chứa đựng "ngày tháng" của anh. Những tờ lịch nằm yên trong ngăn hộc, ghi ra thứ cảm nhận gì đấy. Thường, anh có bôi xoá khi viết, nhưng ít khi anh xé bỏ, vày vò, ném vào thùng rác. Anh khỏi ghi ngày tháng khi viết xong, đơn giản vì mặt sau đã in đen đỏ con số khắc ghi thời gian. Ngày nối ngày, tờ này chồng tờ khác. Anh cần kiệm thu gom, để dành, định bụng hôm nào chính thức nghỉ hưu, anh sẽ bồi hồi mang chúng ra, chắp nối, chỉnh chu nhuận sắc. Đánh máy, thu vào bộ nhớ của máy điện toán và khi nhận cái ngân phiếu tiền già đầu tiên, anh sẽ mang chúng đi in thành sách.

Anh ít khi tâm sự với chị. Chị cũng tôn trọng cái kín tiếng của anh, không xía phần vào mộng tưởng riêng mang. Chị vẫn nhìn ra nét bần thần luôn đeo nặng ở bộ mặt nghiêm nghị của anh. Chị thầm yêu anh, chẳng giống người ta cứ ưa hẹn hò cùng nhau đi ăn nhậu hoặc chuyện trò vang rân bên bàn cà phê. Anh cô đơn, lẻ bóng đồng nghĩa với đạo đức gương mẫu. Cách anh chọn niềm vui, thứ giải trí lạ thường ấy khiến chị nửa an tâm, và nửa khác luôn là nỗi hoài nghi không biết cách lý giải. Hạnh phúc đôi khi tựa đôi vầng nhật nguyệt, mỗi thứ mang một màu sáng tối khác nhau. Đẹp, xấu, thụ hưởng là do cách nhìn của từng cá nhân. Và chị luôn ngó tới anh như lạc hồn ngó ra cây phong hằng đêm trụ yên cuối góc vườn có trăng mông muội chiếu bóng. Hoàn toàn, dưới mắt chị, anh chưa bao giờ mang nguồn sáng bẳn gắt của thứ hào quang bùng vỡ mặt trời. Bóng đêm luôn chứa đầy sự ngờ vực. Bóng tối thu cất sự quyến rũ và trong chừng mực, nó không có nghĩa là đồng loã với tội ác.

Chị cũng có riêng một tờ lịch in đủ tháng ghim trước cánh cửa tủ lạnh bằng bốn nụ nam châm.

Những vòng tròn mực đỏ khoanh từng con số. Có hẹn với bác sĩ lúc mấy giờ. A nhờ trông cháu để con đi phỏng vấn tìm việc khác. Ngoài các nhắc nhở dài dòng đó, anh còn nhìn thấy những dấu hoa thị, những ký hiệu đánh dấu rải rác chỉ mình chị hiểu, kiểu như thời son trẻ chữ X bí hiểm ấy nhằm cho hay về ngày trứng rụng, đại khái vậy. Hoặc kinh nguyệt trễ? Vợ chồng anh chỉ có duy một người con gái, Anne đã lấy chồng, tiểu gia đình chúng ở cách đây khoảng bốn mươi phút lái xe và vì có con mọn Anne vẫn thường cậy nhờ mẹ giúp một tay, không cách này thì kiểu khác. Chị thương Anne, yêu cháu ngoại nên không hề từ nan. Có khi chị ở đậu nhà con hai ba hôm vào cuối tuần. Ở đó chị tìm gặp nụ cười, ấm cúng vây bọc. Xa anh, rời khỏi một không gian chừng đình trệ trong tĩnh lặng là điều đáng thực thi. Anh chẳng thấy khó chịu chút nào khi chị thường vắng mặt và nhiều khi anh đã ăn gian bóc lịch trước bước chân thời gian. Đừng hỏi anh hôm nay thứ mấy? Cuốn lịch treo trong tầm tay không cầu chứng con số chính xác đâu. Anh đã tước đoạt để làm êm một đầu óc đa đoan nhiều sự. Anh nhìn nhận, vắng chị anh viết nhiều hơn, thứ sáu ngày 13, viết một thôi đã đụng tới tờ 17. Không dò lại, bỏ vào hộc tủ, đóng chặt. Tấm giấc khuya cho trôi mụ mị, vào giường lạnh, đắp mền, giấc ngủ thường băm vụn với bao ý tưởng quàng xiên. Họ bảo, nhà văn thường có trực giác bén nhạy. Anh hồ nghi vì anh chưa phải là nhà văn. Khi layout ra, trang đầu có nên in hàng chữ nghiêng: "Cảm ơn EM đã tác thành trong nhẫn nại". Anh nghĩ thế. Hay mình ghi đủ đầy họ tên vợ? Anne, con anh thì mười phần nó đã lỡ quên tiếng mẹ đẻ tới sáu, bảy. Tìm lời diễn đạt khó khăn, một đôi khi. Thương anh, nó chỉ biết nói Je t'aime. Khỏi ấp úng. Nó biết anh dốt sử dụng computer, ba chỉ việc đánh máy, hồi nào ba muốn gửi đi in, con sẽ đến giúp ba việc kỹ thuật, giàn trang, trình bày, đánh số…

Có bữa, giữa giấc trưa quạnh quẽ, thần hồn anh đã không chống cự được một ríu mắt, cơn buồn ngủ bất chợt kéo thân anh vật xuống nệm giường, mê thiếp. Không lâu, chừng mười lăm phút trì trệ chẳng biết trời trăng. Chỗ nằm lạnh, bên gối đặt cạnh còn vướng một sợi tóc dài. Nó rụng đã bao lâu? Sao khi nhìn ra tự dưng anh nghe lòng nôn nao. Anh đi pha một ly cà phê rồi gọi điện thoại cho Anne: Mẹ tính nán ở đằng con mấy ngày? Ủa, mẹ chưa về tới nhà à? Đã chia tay sáng nay rồi mà. Để làm Anne an lòng, anh tự tìm bới một nguyên cớ: Tủ lạnh trống trơn, chắc mẹ đã tạt vào một siêu thị nào đó. Hồi nào mẹ về nhớ nói cho con biết. Anh buông điện thoại xuống. Anh nhìn vào tờ lịch dán ở cửa tủ lạnh, không đọc thấy một ký hiệu nào nằm bên 30 con số. Anh đến bên cửa sổ, vén màn nhìn ra con đường vắng, chiều mùa đông bóng tối sớm chan đầy ngõ ngách. Những đốm vàng vừa thắp trên dãy đèn chạy đâm vào giao lộ thỉnh thoảng có dáng chiếc xe buýt sật sừ băng qua. Tiếng máy nổ nhọc mệt của nó chẳng đủ sức vọng tới tai anh một gào thét nào. Trôi đi trong câm nín. Chị không biết lái xe, và chuyến buýt vừa vụt ngang đã không thả chị xuống ở trạm dừng. Mất mười phút anh mới tìm được số điện thoại cầm tay của chị. Tiếng chuông đổ chừng như bất tận và rồi nó được kết thúc, vọng tới giọng nói của Anne: Ba à, mẹ đã để quên ở bàn ăn. Sao đãng trí vậy không biết! Anh tính ngắt sóng nhưng chiếc taxi vừa thắng đứng ngoài ô cửa, anh nói lời cuối vào điện thoại: Con an tâm, mẹ vừa về tới.

Chị không đi một mình. Lý do khiến chị về muộn có thể đổ thừa vào nhân vật thứ hai. Anh mở cửa sẵn cho họ được thong dong bước vào nhà, bởi cả hai đều bận tay ôm giữ những bao bì. Anh có nhận ra ai đấy không? Chị nói. Anh đưa tay mang đỡ hộ những gì có vẻ trĩu nặng bên hông chị, mắt tập trung vào nhân dáng đứng tần ngần như thể giúp anh chóng nhận diện. Bộ nhớ đang hoạt động, có vẻ sai lập trình chẳng đạt kết quả. Và bậc thềm là nơi không hứng nhiều nguồn sáng. Mời vào nhà kẻo lạnh, chiều nay sao nhiều gió quá. Anh ngửi ra một thoảng hương ngọt khi đóng cửa lại. Chị vẫn đứng đó trông lui, quan sát anh. Chị vẫn luôn bắt gặp ở anh sự vụng về và lần này chị phát hiện thêm, anh quả là người có trí nhớ kém. Nụ cười mọc trên môi người ấy vẫn chưa lặn mất nhưng nó không tròn nụ, ái ngại hoặc miễn cưỡng hoặc nói cách khác, một hân hoan oà vỡ không dành cho mắt anh. Chỉ duy một đốm sáng có khả năng cướp đi sự ngờ nghệch đang khiến anh lúng túng: Viên ngọc trai gắn ở đôi bông tai. Không mấy xác tín nhưng miệng anh vừa thốt được hai chữ trời ơi!

Đau thương cũng trời ơi mà mừng tủi cũng dùng ngần ấy chữ. Thiếu đất hỡi bởi vì chân đi trên mặt đất cũng lắm khi sẽ được giáp vòng. Ơn trời. Những tờ lịch anh "tái sinh" đã xé rời gần trọn năm, một chu kỳ. Đã mấy mươi năm cơn mộng mới thành hiện thực? Chương, anh gọi thầm. Đó là người đàn bà sở hữu một dung mạo mà nhiều khi nhìn trộm Anne, anh phát hiện con gái mình có nét gì đó… Anne vô tâm chẳng biết mình là một đầu cầu dắt trí tưởng ba mình ra đứng ngó mông về một hình bóng cũ. Thứ cầu ván đóng đinh vững chãi, nghe sóng bên dưới thì thào những xô động thật đằm thắm.

Chị nói, có vẻ chạy tội giúp anh, phần khác là không muốn khách phải thấy khó xử: Lâu nay ổng vẫn thế, vẫn nhớ trước quên sau, lộn hồn lộn vía, mình đừng thèm giới thiệu gì cả, tự khắc rồi ổng sẽ nhớ ra. Vào đây đi. Anh đi sau lưng Chương để cả ba đặt những túi ny-lông xuống mặt bàn kê trong gian bếp. Bạn thấy đó, nhà chỉ có hai mạng, sống giản đơn. Hôm nay phá lệ phải mua nhiều thứ vì chẳng mấy khi bọn này gặp được khách quý. Anh, có mua đủ gia vị đây này, chiều nay vén tay áo vào bếp trổ tài làm món sở trường để đãi khách nghe. Mái tóc che một nửa mặt, Chương thay đổi nhiều quá, anh lại nghĩ thầm. Và đến lúc cần phải nói ra: Hai người gặp nhau ở đâu? Sao hay quá vậy? Không phải đặt điều chứ tự dưng bữa nay đâm nóng ruột, anh gọi mà em lại bỏ quên điện thoại ở nhà con. Chị tiếp lời anh: Em cũng thế, mấy khi mà đãng trí kiểu đó, lật đật chạy đi chợ như có điều gì hối thúc... Và rồi tình cờ gặp lại Candy. Dốt tiếng Anh lắm, cả chị lẫn anh đều hiểu candy là kẹo ngọt. Tuy ngày xưa vô duyên chẳng được mút nhưng giờ đây nhìn ngắm đã nhìn nhận cái mòn hao ở cây kẹo di động kia. Chỉ có bạn bè cũ mới gọi nhau bằng thứ mật ngữ ấy, và chị nhắc, như kiểu giúp anh sớm nhớ lại những hoàng kim đã bị trấn lột, mất tăm hơi...

Gió lạnh chẳng hiểu từ đâu trôi qua giường, trên dáng anh nằm co quắp. Chương hoặc Candy là mẫu hình nằm ngỗn ngang giữa những hàng chữ viết tháo trên bao tờ lịch rời... Sau cơn hàn khí là tiếng chuông điện thoại hối thúc đổ, vực anh ra khỏi giấc "mà đè". Giọng nghe tuồng ngái ngủ. A-lô... Sợi dây nằm cuối đường thì khác hẳn, một thứ tỉnh táo ngập đầy bấn loạn, thất thanh. Ba à... Mẹ gặp tai nạn... bị xe đụng... bệnh viện vừa phone cho con...

Anh không đón nhận gì thêm. Anne đổ đầy nước mắt của nó, ngập lụt trong ống nghe... Chết điếng, tức tưởi, thút thít. Anh ngồi bệt xuống nền nhà, ngó sửng sợi tóc rụng của chị không dưng vướng vào tay áo. Một sợi tóc dài, bạc trắng, quấn quýt chẳng rơi.

CHUỒNG BỒ CÂU

Để tránh lôi thôi, Thục My quyết định mang tôi đi trình diện Clementine. Cô giáo trẻ gọi thêm bà Beatric đến, ba bốn mặt một lòng ngầm thoả thuận rằng, đừng hô hoán mông-xừ Tran là l'étranger, kẻ lạ ngác ngơ bất chính đột nhập vào sân trường với mục đích xấu. Ông Tran này nếu không bố, thì bác, chẳng bác thì chú, tóm lại là người thân thích của cháu Annie, đại diện mẹ bận lu bu công chuyện mần ăn, Tran sẵn lòng dang tay đón Annie về nhà trong an toàn, cho dẫu bé ngoan có làm bộ làm tịch phụng phịu mặt mày.

Thục My đã đi mài dũa một chiếc chìa khoá nhà, ân cần trao phó bản vào tay tôi. Tôi móc cái chìa vàng ấy nằm chung đụng với ba cái của riêng tôi, kiếm sợi dây tròng vào cổ, đong đưa trước ngực cùng thẻ nhựa đi xe buýt mua hằng tháng. Tay My bao giờ cũng ấm khi chạm phải. Mười ngón, hai mươi ngón khác biệt chỉ giống nhau ở chỗ, cả đôi lứa đều không đeo nhẫn, trống vắng. Thục My bảo: Đã nhớ chưa, đúng ba giờ rưỡi, chịu khó đừng để con bé mầm non mẫu giáo lạc loài hoang mang khi đứng đợi, tội nghiệp.

Như vậy, tự dưng tôi có job mới, chủ không trả lương, không cả quan hoài trao bonus hai chữ "tội nghiệp" cho ông Tran xứng đáng đón nhận một chia sẻ thân thương, cả tin, đong đầy uy tín.

My xong việc lúc 5 PM. Về tới nhà nếu hanh thông đường sá cũng bóng đổ tà dương lu mờ cảnh sắc. Tôi làm quen với Annie mới non tháng, con bé 5 tuổi "chảnh" như một thiếu nữ dậy thì vui buồn bất chợt. Trời giông, trước khi đổ nước cũng biết làm khúc dạo đầu bằng mây đen kéo về bưng bít. Annie khác, tính khí trời sợ, không quỡn để đưa lời cảnh báo trước. Xem chừng nó biết kẻ lạ là mông-xừ Tran này sẽ "từ ngoài sân sau lần vô bếp", là bad guy muốn soán đoạt bớt cảm tình mà má nó dành riêng cho cục cưng. Nhưng nói nào ngay tôi biết học bài nhẫn nhục, Tran là đệ tử ruột của thằng cha nội Hàn Tín xem việc lòn trôn thiên hạ chỉ là chiện nhỏ, chẳng hề lấy đó làm điều. Căn tu thâm hậu do vậy hôm giới thiệu với mấy cô giáo coi trẻ, Annie đã nắm lấy tay tôi biểu hiện tình hữu hảo môi hở răng lạnh.

Về ngón đòn tâm lý chiến thì dễ như ăn ớt, ba rưỡi đến hẹn lại lên, tôi xẵng xái đặt chân vào vùng cấm địa, toét miệng cười, chào hỏi thắm thiết tới quý vị phụ nữ xong, liền dắt con bé đi thơ thẩn tới cửa hàng Mách Đô. Tôi có xem tờ báo chợ, thống kê cho rằng 90% các đấng nhi đồng thảy mặn khoai tây chiên đi cùng cái hamburger hoặc cục thịt gà bọc bột chiên, tu một hơi gần cạn ly coke. Mặt tươi như hoa được phun nước, tiếng cười trong trẻo vi vút hơn lệ thường. Bận ngồm ngoàm cứng miệng, nếu không đã ghé tai tỏ tình: Je t'aime.

Thục My luôn khuyến khích tôi trao đổi tiếng mẹ đẻ cùng Annie. Mới 5 tuổi khả năng đàm thoại của con bé y như tôi khi sử dụng tiếng Pháp với người bản xứ, có nghĩa là còn giới hạn lắm. Nó đã vất bỏ chữ ông Tran, nó gọi tôi lúc bác lúc chú. Không riêng nó, ngay cả già đầu như tôi cũng chẳng biết cha nó, papa, ba, bố còn sống hay đã chết. Ông giang hồ vất vưởng phương nao. May cho Annie, nó chưa một lần thắc mắc, gióng hỏi. Nó biết cái đáng biết, Tran, bác, chú nọ không thể là người khiến má nó mang bầu rồi hạ sinh ra một con bồ câu bé nhỏ. Bồ câu là tên ở nhà của Annie. Tôi từng ra sức vẽ nên một con bồ câu giống thật vào giấy rồi biểu nó tô màu tuỳ thích, xanh xanh đỏ đỏ trẻ nhỏ cũng ưa. Đó là kế điệu hổ ly sơn, để bác và má có cơ hội đứng trong bếp cùng sát vai thổi lửa nấu ăn chung. Thục My nói: Bồ Câu biết hôn, ngoài tài vẽ đẹp, bác còn biết nấu nhiều món ngon lắm. Và như thế, lắm khi tôi nai lưng thêm chức sếp bếp, hoặc ngửa tay nhận tiền cậy nhờ đi chợ mua sắm nguyên vật liệu ở nhà đang thiếu thốn. Ghi ra giấy kẻo quên, lần trước xớn xác dặn một đường tha đồ về một nẻo, trật chìa, lộn tùng phèo. Người gì mà cứ dật dờ, để tâm trí rơi tận đâu đâu á!

Tôi mần thinh, chưa phải lúc để thưa thốt: Dạ thưa em, lòng dạ Trần này bận tơ tưởng tới hình dáng em. Đứng gần em thì băn khoăn không rõ sau áo xống lụa là che đậy kia là thức gì ẩn dấu? Trần khờ khạo lắm, mong được em chỉ giáo một lần để sớm mở mắt, có vậy con bồ câu mới đâm quyến luyến với con chim cu này.

Có bữa mát trời ông địa, đón Annie về, nó đòi vào công viên coi ông già vô gia cư ngồi yên trên băng ghế đá mặc tình cho đàn chim mổ thức ăn rơi bám thân ông. Phải hiền từ đôn hậu lắm chim mới thân tình ríu rít vây quanh xem nhau như bạn được. Chân tay tôi có biến thành bốn ổ bánh mì e chim chóc cũng nhác ăn, cạy mặt cái đứa đến từ nơi chốn "con gì nhúc nhích đều xơi ráo". Tôi không phải "tự nhiên như người Hà Nội" ghiền món thịt cầy, chưa hề thử "ngon nhức răng" vậy mà đi ngoài đường có nhiều con chó gầm gừ, mắt long lên kỳ thị thấy rõ. Chuyện nhỏ! Chuyện nhớn là Annie càng lúc càng "mặn nồng" với bác, Bồ Câu xem tôi là người bạn đồng minh có thể chơi được, có thể gặp cảnh bất bình rút đao tương trợ, đừng hòng có đứa nào lén phén tới ăn hiếp tao, nhớ. Mông-xư Tran biết kung-fu đấy.

Coi cảnh ngoạn mục chim ăn chim ỉa trên đầu ông già rách rưới có thể là xem phim quảng cáo phút đầu, anh thanh niên đạp xe ba bánh chứa thùng kem nhiều màu tựa bên thân cây rậm lá mới là bộ phim chính lâm ly bi đát hơn hẳn. Chưa coi mà đã chảy nước miếng. Bác, con thích ăn kem.

Ơn trời, may mà trong túi có chêm chút bổi, làm đứa khố rách áo ôm thì chẳng biết mần răng giải quyết. Ô kê, kem thì kem, sợ gì. Kem múc hai cục rõ to ém vào cái ly làm bằng loại bánh xốp. Của cháu là chó-có-lát của ông là va-ni, vị chi là tám đô chín mươi chín xu. Va-ni dắt chocolat tìm bãi cỏ mượt nhẹ nhàng buông thân nửa nằm nửa ngồi mút lấy mút để hai cục đường mát ngọt cần cổ. Tôi nhìn vẻ say sưa của con bé, thè lưỡi liếm cho mòn, cho triệt tiêu cục kem trơn láng: Bồ Câu thích có em không? Là sao? Con thấy mấy con chim đậu sát bên người ông ấy không? Lúc nào chúng cũng có bạn, chúng chẳng đi một mình. Em là bébé, là đứa bé sẽ được chị Bồ Câu bồng bế ẵm ru. Môi con bé ướt ngọt: Nếu con thích em bé thì phải xin má, hay xin bác? Ai cho con?

Đàm thoại cho có, cho khỏi quên tiếng mẹ đẻ, tưởng sẽ chìm vào dĩ vãng, ai có ngờ đâu chữ "em bé" đã ghim vào trí nhớ nhỏ nhoi kia. Hồi nào con lớn bộn bề, ắt con "về nhà dối mẹ", hiện tại con tẻo teo như cây kẹo, con thật thà như đếm: Má, con muốn có em bé. Có lửa mới sinh ra khói, má rùng mình đón nghe lời trần tình quá sức cực đoan, má nhìn bác bằng đôi mắt biết nói: Ô là la, mông-xừ Tran đã đầu độc trẻ thơ, còn ai trồng khoai đất này? Gieo rắc tai hoạ là hậu quả của việc giao lưu tình cảm chùng lén giữa song phương bấy chầy, ưa bắt đương sự viết bản kiểm điểm quá. Em bé đâu phải từ trên trời rớt xuống dưới đất chui lên. Muốn tựu thành ra em bé thì biết bao cơ man là gay cấn buộc phải nhắm mắt liều mạng bước qua cầu tre lắc lẻo. Có rớt xuống sông làm ướt cái quần ny-lông thì tai kíp nghe lời ai hát hỏng: Dô đây em đợi quần khô anh sẽ đưa em dìa. Cởi quần phơi cho ráo nước, trong khi chờ đợi thời khắc từ ướt tới khô, em nào biết mần chi, há lẽ anh biểu em ngồi không? Hoàn cảnh ấy rất mực căng thẳng, thót tim trong e ấp. Búi xờm xờm chớ hổng giỡn chơi đâu nhen. Hèn chi người xưa dạy: Ta dại ta tìm nơi vắng vẻ. Chốn cô quạnh khiến tim mềm, ta dễ nghe lọt tai lời rù quến.

Tôi vụng tu. Tôi vụng về. Tôi không biết cách xử thế. Tôi chẳng thông hiểu mức nông sâu của lòng người. Tôi thất nghiệp. Người ta đã từ chối bao công sức tôi trao chẳng toan tính. Người ta đã gài số de, lùi một lèo, không thèm nháy đèn chẳng cần đạp thắng. Lỗi tại tôi mọi đàng. Tiên trách kỷ hậu trách nhân.

Điện thoại im re. Bước lên bậc thềm cửa đóng then cài bấm chuông chẳng ai mở, đút chiếc chìa khoá vàng mãi tòn teng trước ngực vào ổ, đút hoài chẳng vô. Ai kia nhẫn tâm đã thay ổ mới, nhìn qua cửa kính, thấy đen thui một sự từ khước lạnh tanh. Thất bại, đứng dáo dác nghe gối mỏi chân mòn, chẳng biết làm chi tôi rảo chân đến ngôi trường với lấn cấn dấu hỏi: Chuyện gì? Tại sao? Sao quay lưng mà chẳng bảo gì nhau?

Chào cô Clementine, cô khoẻ không? Ah, chào ông Tran. Cảm ơn, tôi tốt. Ông đến có việc gì không ạ? Mẹ của Annie đã thốt lời chào tạm biệt chúng tôi, dọn tới chốn khác thuận tiện hơn, có lẽ vậy. Ơ, đợi tôi một chốc nhé, chừng hai phút thôi, tôi có cái này trao ông.

Tôi đứng nhìn vào cánh cửa vừa mở rộng, một hành lang sạch bong thắp sáng những đốm điện vàng, thế giới êm ả đó vừa gửi trao một hương mùi đặc thù nó riêng thu cất. Mùi bàn ghế hao mòn của bao thế hệ từng mài đít, mùi giấy ẩm của sách vở, bục gỗ, bảng đen, phấn trắng chừng cũng biết phát hương. Hít phải, nghe lòng bồi hồi trong hoài niệm tự ùa đến. Đã là ngôi trường thì buộc chúng phải có linh hồn, thứ linh hồn luôn tỉnh thức. Nó không đời nào chợp mắt, dẫu nó thoi thóp nằm yên trong ba tháng hè. Nó tựa chứng nhân, bao dung, sẵn lòng hàn huyên cho bạn nhớ về một thời vụng dại tuổi học trò. Thời gian đã lạnh lùng soán đoạt cái kho báu giá trị ấy. Bạn nghe ra một nỗi đau dịu dàng, buồn tủi. Cắm cúi học vạn điều hay lẽ phải để về già vẫn thấy mình chưa thật sự khôn lanh.

Đây, ông xem. Annie vẽ nhiều bức nhưng tôi vẫn thích bức tranh này nhất. Cô Clementine đã trở lại, tay nắm tờ giấy vung vẫy khi bước ra. Trong các lớp, chúng tôi vẫn trang hoàng chật vách bằng chính thành quả các em say sưa vọc màu. Trẻ con bao giờ cũng đáng yêu, hồn nhiên thể hiện rõ qua màu sắc, đường nét. Clementine trao cho tôi bức tranh vẽ bằng màu nước có ghi tên Annie bên dưới. Tranh vẽ một gã đàn ông tay chân lòng khòng ngồi trên ghế đá, trên đầu có đậu con chim rõ to. Màu chim xanh, xanh nhỏ giọt chảy tràn trên bãi cỏ, lốm đốm. Con bé giải thích, mông-xừ Tran là người còn con chim mang tên Annie. Mình thương ai thì mình để trên đầu, con bé khẳng định thế. Trên đầu chứ không trong tim. Ông giữ làm kỷ niệm.

Cảm ơn nhiều. Tôi nói, cẩn trọng gói tròn tờ giấy nhăn nhúm vì màu nước tấp dày. Tôi bắt tay Clementine, chào tạm biệt. Tôi đón xe buýt về chỗ trọ. Có lẽ tôi sẽ kiếm tìm một công việc nào đó để cứu vớt phần nào, không ai an lòng sống với những ngày vô tích sự. Trước, tôi có chiếc xe hơi mua trả góp, làm chân cẳng vì hãng xưởng nằm tuốt ngoài xa lộ. Một ngày băng giá tự dưng có chiếc xe tải lảo đảo lạc tay lái đâm thốc một bên thân. Tôi nằm viện hơn tuần lễ, không biết cách viết đơn kiện tụng. Theo giám định hiện trường nơi xẩy ra tai nạn, hãng bảo hiểm đã bồi thường cho tôi một số tiền khá lớn. Tôi thong dong quên việc cày bừa đã được hai năm, tôi sợ ngồi vào tay lái do vậy tôi quyết định dùng phương tiện vận chuyển công cộng. Tôi trình bày rõ mọi chuyện cho Thục My nghe, cô nói nhàn cư vi bất thiện, chi bằng tới giúp cô những việc cô không kham nổi. Nhỏ nhặt như bóng điện bị hỏng bất chợt cũng chẳng biết cách thay cái mới.

Tôi ghé ngang một cửa hiệu chuyên bán khung ảnh. Người bán hàng muốn giúp tôi việc lồng bức tranh vào trong. Ông ta bảo, bức vẽ này quá dễ thương, hãy cho tôi xén bớt khoảng trống, như vậy bố cục sẽ hoàn chỉnh hơn. Tôi gật đầu. Cháu được mấy tuổi rồi? Picasso từng nói: Mỗi một đứa bé đều là nghệ sĩ…

Tôi trả tiền. Tôi cầm lên "tác phẩm" của Bồ Câu vừa được gói giấy cẩn thận. Tôi bước ra, tôi băng qua đường vì chợt thấy một quán nước lộ thiên có trương dù che nắng gió.

Ông dùng cà phê loại gì ạ? Không, hãy bán cho tôi một cốc kem, loại chocolat, xin vui lòng.

Tôi nghe như có tiếng cười trong trẻo của Bồ Câu vừa vọng vào đôi tai. Tôi đồ rằng Thục My chê tôi nghèo khó. Tôi mút cục kem, ngậm bồ hòn làm ngọt. Tôi là ông già rách rưới ngồi trong công viên mà chim chóc ái ngại chẳng dám đáp xuống ríu rít hót ca quanh thân. Chẳng có con chim nào đậu ngay đỉnh đầu tôi cả. Yêu ai nên để trên đầu. Ai đã dạy con chuyện ấy? Trên đầu là nơi chỉ dành riêng cho bố mẹ thôi, con ạ. Tôi cầu mong cho Bồ Câu ở được trong một cái chuồng vững chắc, che kín nắng mưa, tránh tai ương vụt đến tước đoạt đi hạnh phúc má vừa ra công gầy dựng. Annie, toa có thương moa không? Moa treo bức tranh này bên chỗ nằm cho tới mãn kiếp.

BẠCH QUỶ

Nếu một ngày có hai mươi bốn giờ thì trong cơ thể em cũng nhốt đủ hai mươi bốn cái xương sườn. Một ngày kia, có thể gọi là giờ thứ hai mươi lăm, em gặp phải tai nạn làm gãy mất một cái xương sườn. Vào bệnh viện, chụp quang tuyến X và người ta ra tay giải phẫu, thò tay vào chỗ hóc hiểm để bắt tạm cho em một con vít bằng kim loại, hy vọng đôi ba tháng sau em thôi ca cẩm hát hò bản nhạc "chuyện một chiếc cầu đã gãy".

Gọi giờ thứ 25 là vì nó đi ra ngoài dự kiến, nó đột ngột hiện tới gây ra bao thảm cảnh nằm mộng cũng chẳng ngờ. Cái iPhone của em văng ra khỏi hiện trường đến bốn thước, va vào lề đường trầy trụa, mặt kính rạn nứt, tuy vậy cảm ứng bén nhạy có ở màn hình chưa mất đi. Một người tốt bụng đã nhặt lên, có thể bà dùng nó để thử bấm số 911 trước tiên. Đang trong sở làm, anh buộc phải ngừng tay để trả lời một cuộc gọi thất thường xuất phát từ phía em nhưng vang bên tai là một giọng nói lạ, ngập ngừng, bối rối. Anh nhìn đồng hồ, còn hơn tiếng nữa mới khép một ngày cày bừa, tuy nhiên anh đã đến gặp thằng cai: Việc bất khả kháng, tao đành phải dông thôi. Ừ, có ở lại cũng đâu còn lòng dạ mà tập trung với công việc, hy vọng bạn ấy không đến nỗi nào, chúc may mắn.

Bà Lucie, người loan tin thất thường có nhắn gửi lời cuối: Tôi bấm số cầu may trong một loạt số vừa hiện lên, sẽ hoàn trả lại chiếc điện thoại này vào tay khổ chủ. Ambulance đang tới, có thể họ chở cô ấy vào bệnh viện Jean Talon. Anh nghe nhói đau một bên hông, anh nhớ câu chuyện thần thoại từng đặt điều "đàn bà được cấu thành từ một cái xương sườn của đàn ông". Em bị nạn và anh chịu chung một nỗi đau lây lan.

Vì gần hiện trường xẩy ra tai nạn, xe cấp cứu tiện đường mang em vào nhà thương, nơi mà anh phải nương nhờ google hiện lên bản đồ chỉ lối. Nói cho đúng thì khoảng sáu năm trước anh từng ngại ngùng đặt chân vào lãnh địa đó một lần, nơi treo cái dấu cọng màu đỏ thật to. Anh vào thăm một người bạn mang bệnh hiểm nghèo mà bác sĩ đã không dối lòng: Ông Nguyen còn ở chơi với trần thế này thêm đôi ba tuần nữa. Hôm đó anh mọc lên một ý nghĩ rồ dại, lý ra nhà thương nên dùng dấu trừ làm "logo". Cọng là gộp thêm niềm đau? Trừ là soán đoạt lấy bớt niềm vui. Không ai đi vào chốn này mà mặt tươi mày tỉnh cả, kể luôn tới thằng đàn ông vừa nghe tin vợ tròn con vuông. Trước mắt hắn hiện đầy bao toan tính, rồi một hôm trái gió trở trời hắn sẽ nghe vợ hiền than:

Ông trời bất công, sao chẳng cho đàn ông mang trước ngực một cặp vú đầy sữa!

Mất chừng mười phút, anh tìm ra nơi em nằm. Vạn bất đắc dĩ, sự bất khả kháng mới vậy chứ bình thường đó là thế giới riêng tư mà một người con gái luôn tìm cách che đậy, có thể dán tấm giấy trước cửa phòng: "Vô phận sự, miễn vào". Chỉ duy nhất một đứa có phận sự: Thằng chồng. Anh muôn đời chẳng phải là chồng em. Và ông trời có công bằng khi tạo ra hai đứa thương yêu nhau mà chả đoái hoài gì tới sợi dây trói thân: Vợ chồng? Đó chỉ là danh xưng ở mặt pháp lý, chưa chắc những gì được hợp thức hoá, ghi vào sổ sách làm bằng chứng đều thơ mộng đáng quý cả. Giấy trắng mực đen, bút sa gà chết vẫn luôn kéo theo bao điều phiền toái nằm ngoài dự tưởng.

Em nằm trên giường, phòng có hai giường và hai tấm màn che chắn thế bình phong. Hiện tại "dậu mồng tơi" kia không định ra biên giới bảo bọc, cửa sổ cũng thế, mở toang cho nắng gió vào hoán đổi môi sinh. Hai cô y tá có phận sự chăm nom, anh nhìn qua gã hàng xóm của em, một chân bó bột và khúc thạch cao trắng được treo lên như con mực ống bị phơi khô, một ngày kia hắn ta sẽ biểu những đứa vào thăm mang bút ra để ghi lên đó ít nhiều cảm nhận về sự què quặt hắn phải hứng chịu. Đèn bắt trên trần rất sáng, mặt em xanh và anh rất muốn chải gỡ giúp em những cụm tóc rối. Hình như y tá vừa cho em uống thuốc giảm đau. Chăn mỏng đắp ngang bụng, chiếc áo rộng kỳ cục của bệnh viện khiến em rất gầy, anh đồ rằng người ta biểu em chớ nên mặc áo nịt vú hoặc chính họ đã cởi ra giúp em, vú thoi thóp chẳng tượng hình dưới tấm chăn có in tên nhà thương. Anh ngồi xuống chiếc ghế đặt bên giường, mắt em nhắm và anh ngại lay em ra khỏi cái hiệu ứng do thuốc thang vừa tác động. Trên đầu giường có ghim miếng giấy bọc nhựa: "Mỗi cái bàn phím đều thu giữ nhiều vi trùng, yêu cầu bạn rửa sạch tay trước khi tiếp xúc với bệnh nhân". Lời nhắc nhở kia chắc chỉ dành riêng cho y tá, bác sĩ. Anh nhớ tới đoản văn vẫn còn dở dang đã ba hôm chưa tìm được thông lộ, anh ngó xuống bàn phím bày từng hàng mẫu tự q w e r t y u i o p... nó có là nơi cho vi trùng ẩn náu? Chưa khi nào anh rửa tay sau khi đóng gập cái laptop lại. Tay anh đút túi quần khi đi tới chỗ hẹn hò em vừa cho hay địa chỉ, thường là một hàng quán cà phê. Anh vẫn tin rằng, ngồi cả giờ bên em, chia tay xong, khi trở về sẽ tìm ra lối thoát cho những con chữ đang bị dồn vào cul de sac.

Anh tôn trọng em nhưng bà y tá thì không, bà sẵn lòng đánh thức cũng như độ lượng trao cho bệnh nhân vài viên thuốc ngủ. Không ai có quyền hờn oán đến "mẹ hiền" cả, đơn giản vì họ tận tuỵ và quan ngại đến sự an nguy của bạn. Phải cảm ơn họ mới đúng. Em không cảm ơn thì anh sẽ nói merci. Em mở mắt ra. Bà y tá nói khi lôi một cánh tay em ra khỏi tấm chăn: Tôi đo huyết áp, chừng mười phút nữa cô sẽ có buổi ăn tối. Thấy bớt đau chưa? Tốt lắm. Bà ghi những con số vào tờ giấy kẹp dưới chân giường. Và em nhìn thấy anh. Tròng mắt em loáng ướt như trong mơ em vừa đi băng qua một độc đạo ngập mưa lũ. Một đôi mắt anh chưa từng thấy nó rơi lệ, gần em là đón nhận toàn những điều vui thú. Em có vẻ cứng rắn kể cả lúc người ta buộc phải mềm lòng. Em xa nhà từ nhỏ, từ vùng cô quạnh đi xe đò băng đồng vượt suối tới thành phố này kiếm việc làm, tự lực cánh sinh. Một kẻ như vậy, thứ hành trang cần trang bị trước tiên là sự can đảm. Can đảm đánh rơi những uỷ mị. Anh giống em chỉ một nửa, ở cái khoảng làm đứa xa nhà, ở đậu. Nửa khác biệt với em là anh chưa học được chút cứng rắn nào cả. Nếu chai lỳ anh đã không tìm tới với chữ nghĩa, với văn chương, với những trang viết đa phần xiêu đổ nhiều than thân trách phận. Anh phân bua cùng em mà em nào tin: Chúng ta giống nhau để hiểu nhau và khác nhau để bù đắp cho nhau. Câu nói đó của một văn sĩ anh quên tên mà khi đón nghe em hiểu duy một điều: Khác giống giữa đực, cái, nam, nữ. Một tháng, em dành ra hai bữa để làm tình cùng anh.

Em thấy sao? Thấy người nhẹ như mặt đất thôi còn sức hút. Thuốc tê vẫn chưa tan và morphin vẫn còn ngăn chặn cơn đau. Khi anh về, hãy tạt qua chỗ em lấy giúp ít áo quần lót để thay, vài đôi vớ, bàn chải đánh răng… sớm mai mang vào cho em, có được không? Chìa khoá nằm trong xách tay, hình như họ cất vào cái tủ sắt ấy. Mấy giờ rồi anh? Sáu giờ rưỡi. Anh mở cánh cửa tủ có đánh số, dành cho chủ nhân nằm giường 725 A. Áo quần và vật dụng cá nhân đều dồn vào một cái túi ny-lông có ghi tên Debbie bên ngoài. Anh mó tay vào lục lọi, anh ngửi mùi hương quen thuộc từ đó xông lên.

Một người mặc trang phục của bệnh viện, đầu tóc tóm gọn trong cái nón ny-lông xanh đẩy chiếc xe chứa từng khay thức ăn dừng lại trước cửa. Khuôn mặt không phấn son cố làm bộ tươi tỉnh khi mang buổi cơm chiều vào. Bà dùng một tay điều chỉnh cái bàn ăn sao cho thật đúng vị trí rồi đặt khay nhựa xuống đó, xong thì dùng chân để điều khiển chiếc giường thay đổi vị trí, nâng người em lên, gập lưng cho vừa tầm. Bà ngó anh như thông báo, chỉ có vậy, phần còn lại mày hãy giúp cô ấy tìm được sự thoải mái khi nuốt trôi thực phẩm nhiều sinh tố, chóng tiêu hoá.

Anh mở nắp nhựa úp trên dĩa: Khoai tây nghiền đứng kề một hòn thịt băm chen cài với bốn năm cọng đậu đũa luộc nhừ. Trên khay có chén súp còn bốc khói, bánh croissant nhỏ và một cốc nước trái táo. Chưa bao giờ, đây là lần đầu tiên trong đời anh đút thức ăn cho một kẻ khác. Ơn đền oán trả? Dù chẳng tiết ra sữa, Debbie từng cho anh ngậm lấy vú. Khi đó anh nhớ tới mẹ mình, anh bất hiếu ở chỗ là đã khuấy quên hình dáng cái bầu sữa mẹ già. Có no tròn? Có hồng hào? Có thơm mát? Có sự khác biệt nào giữa cấu trúc ta và tây?

Rất khéo tay, anh chu toàn công việc êm ru bà rù. Tên hàng xóm bị treo giò bên kia giường nhìn anh với tia mắt đong đầy sự ganh tị, hờn ghen các thứ, hoặc tủi thân do đang cô quạnh mình ên. Cô y tá mang thuốc vào cho em, một cốc nước, một ly giấy đựng bốn viên xanh đỏ trắng vàng. Cô giải thích, cái này chống nhiễm trùng, cái này giảm đau, cái này chống táo bón, cái này giúp bạn ngủ yên. Có thấy buồn tiểu không? Cô khom lưng lấy từ dưới giường ra cái thau hình dáng lạ thường rồi vén chăn đút nó dưới mông em. Anh nhìn thấy một vùng da thịt trắng muốt, ở đâu đó phía bên kia hẳn là nơi đang bưng bít vết mổ dài 15 phân được đậy đệm bằng bông băng. Em nói, thôi anh về đi.

Anh nghe lời. Anh về "con đường xưa anh đi vàng lên mái tóc Debbie ngỡ hồn không tái tê". Trước, anh nhấn chuông, anh gõ cửa. Nay, anh ung dung với chiếc chìa khoá, tuỳ nghi mở đóng. Sylvie, cô bạn chia tiền phòng góp gạo nấu ăn chung đang lui cui cùng bếp núc lấy làm ngạc nhiên khi thấy anh bước vô. Sylvie chỉ mặc quần lót với lại xú-chiên, cô hơi hoảng nhưng kịp trấn tĩnh vì cái nồi đang bị lửa táp gần bỏng khét. Mùi thơm quá. Anh phát biểu cảm tưởng, tính nấu spaghetti hả? Ừa, con Deb đâu? Deb bất cẩn bị xe đụng hiện nằm nhà thương, giao chìa khoá cho tôi về tìm vài món bới xách cho bạn ấy. Tôi thế Deb có được không? Mon Dieu, nó bị nặng lắm không? Ờ, ở lại ăn cùng tôi cho đỡ buồn. Gãy xương, bệnh viện đã tìm cách chắp nối lại, dự tính phải nằm trong đó cả tuần lễ. Tội nghiệp. Nằm bệnh viện nào? Dắt tôi vào thăm với nhé. Phải luôn xáo tay kẻo nó cháy dưới đít, coi giúp để tôi mặc lại áo quần ngó cho tử tế. Vậy là tử tế rồi, có đâu như Debbie giờ này chỉ có chiếc áo choàng kỳ cục che không kín người. Sylvie cười, không dám đâu, hổ ngươi lắm, thà mà bạn gái với nhau.

Không cất công mở youtube ra học hỏi gia chánh, chỉ mua nguyên vật liệu có sẵn bán đầy chợ, tôi chỉ thêm chút thịt xay, thêm chút hành tỏi, chút muối đường, sợi thì vừa trụng xong. Thích ăn cùng lát mì có trét bơ không? Tương đối thôi, chẳng có lắm thời giờ. Hồi nào quởn bày tôi cách nấu phở đi. Ngày mai chứ hồi nào nữa, vào thăm Debbie xong chúng ta cùng đi chợ Á đông, bạn phải đứng sát tôi, nhất nhất cử động đều phải nhìn ngó, nhập tâm. Thực sự thì chẳng có gì nhiêu khê đâu, Debbie từng đùa là nếu có tiền chúng tôi sẽ mở một quán bán phở.

Hai đứa ngồi vào bàn, thưởng thức món ăn Ý, truyền thống hay không thì chẳng rõ. Ăn cho có, ăn để sống chứ không phải sống để mà ăn. Đã sống thở thì đời bày ra chán khối việc để lo toan, để đối đầu, để giải quyết dù bụng đang đói meo. Có thực mới vực được đạo lại là chuyện khác. Ăn no bò cỡi cũng vậy. Nói cho cùng tận thì ăn là động từ khẩn thiết, chiến tranh xẩy ra cũng vì miếng ăn. Ăn cũng là một thứ triết lý chẳng bao giờ già cỗi, lạc hậu. Miếng ăn là miếng tồi tàn. Ô kê, đừng tranh cãi thêm cho nhọc sức. Anh ngồi vào chiếc ghế lệ thường có Debbie đặt đít, cách vuông bàn hẹp anh thấy rõ những nhịp tim rung động trên ngực mát mẻ của Sylvie. Vòng một của cô ấy lớn hơn Debbie, điều này khẳng định được là nếu sinh con đẻ cái, mấy baby nọ hẳn phải bụ bẫm lắm.

Kinh nghiệm cá nhân? Mẹ anh gầy nhom nên anh khẳng khiu cả xương chẳng mấy có thịt, đi đến trường học bạn bè đặt cho danh hiệu: Thằng ni đại diện cho hãng sản xuất tăm tre xỉa răng. Anh bú sữa bình nhãn hiệu Hột Xoàn, xong đổi qua măm sữa Con Chim. Rồi chơi sữa Ông Thọ, cứ cầu âu vậy mà thân thể chẳng tráng kiện một mảy may. Mẹ anh nói "bị cái tạng nó vậy" chứ sức nó ăn thì khiếp lắm, mỗi bữa ba bốn chén cơm vung cũng chưa nhằm nhò. Nói tội trời, mấy đứa mập mạp dễ sinh bệnh hơn là mấy thằng rọm rơ như hắn. Đặt lưng xuống là ngủ quên trời quên đất.

Thời còn bé cơ, dạo còn ngây thơ cơ. Chứ giờ này nương nhờ vào "bơ thừa sữa cặn" phương này thì trông cũng có da có thịt như người ta. Người ta thông thoáng thì hắn cũng biết nghía, biết thèm thuồng, biết háo ăn, biết săm soi một cách kín đáo, biết đè nén và trấn nước nỗi dục vọng thầm kín, chết chìm. Hắn từng đọc ở đâu đó một lề luật chẳng in thành văn bản: Chơi với bạn mà tơ tưởng đến bạn của bạn là một tội trạng khó tha thứ. Vắng chủ nhà gà mọc niêu tôm? Con cá từng bắt đang nằm ngáp, vậy có nên bắt thêm con cá đang bẹo hình bẹo dạng bơi lội thoải mái kia?

Là người tử tế, ăn xong anh dành phần rửa chén dĩa. Anh mở những ngăn tủ, chỉ thấy lọ cà phê hoà tan, chỉ thấy trà đóng gói, những thứ mà với anh có chết khát cũng không uống. Đã vậy còn chú thích hàng chữ bên ngoài "caffeine free". Chẳng có gì kỳ cục bằng đi nhậu, đi phá mồi mà lựa toàn mấy món giả chay. Đã thò chân xuống sông để lội qua bờ kia mà vẫn ngại bùn vấy bẩn?

Anh vào phòng Debbie. Rõ là người ta chẳng thể nào biết trước những gì đang chờ chực ở thì tương lai để hiện tại nên bỏ công tập vén khéo. Bừa bộn, bầy hầy, vung vãi, xộc xệch mọi thứ. Một người con gái sống đơn thân thì không việc gì phải tập ngăn nắp, thứ lớp? Vậy chứ người con gái đó trước khi đi ngủ vẫn tiêu tốn chút thời gian để rửa mặt rửa mày, thoa kem, chải tóc. Chi vậy? Để nhỡ có gặp ai trong mơ, họ nhìn ra dung mạo mình không đến nỗi tệ! Trong mơ, anh từng bắt gặp Debbie nhưng cô chỉ phát quang từ ngực trở xuống, anh thức giấc trên giường với bao hối tiếc về giấc mộng đã chẳng đi hết đường. Không phải ác mộng, nhưng luôn luôn nó y như một câu chuyện chẳng có hậu.

Anh máng những gì vương vãi dưới sàn lên thành ghế, mớ áo xống hỗn độn trên giường thì dồn chúng vào trong cái rá nhựa; xong thì vật mình xuống tấm nệm. Đã hai năm, chừng như nệm vẫn chung tình ở sự đàn hồi đáp trả khi hứng chịu sức nặng của người nằm đè. Anh và Debbie đã đi vào cửa hàng Ikea của Thuỵ Điển để lựa mua, họ quảng cáo tuổi thọ của nệm là mười năm, bạn sẽ hài lòng vì kẻ nằm bên có vặn vẹo trăn trở cách gì thì nó chẳng lây lan độ rung sang chỗ bạn đặt lưng, êm ru bà rù, mộng đẹp là cái chắc!

Ngọn đèn nhỏ trên đầu nằm đủ soi tỏ những tấm ảnh Debbie dán tuỳ tiện ở vách, đa số đều chụp lấy thứ quang cảnh ở quê cũ, một thành phố biển chẳng lấy gì làm sầm uất nhiệt náo dẫu là vào hè, mùa đông nó biến thành những cánh đồng tuyết ngập giá băng. Tám tuổi đứng bên mẹ. Mười hai tuổi quàng vai bá cổ với người bạn trung học. Mười sáu tuổi mặc đồ tắm nghịch nước với cậu bạn trai đầu đời... Những tấm ảnh đã ố vàng, những chặng đời lớn lên được ghi nhận đi kèm với tàn phai. Đã xảy ra điều gì không vui khiến Debbie quyết định từ bỏ nó, cô lên phố rậm rạt này tìm cách sống và cô từng hỏi về quá khứ anh: Làm sao bạn sống qua với những ngày đầy khói lửa của chiến tranh? Rồi hoà bình, sự bạc ác nào buộc bạn phải làm đứa vô tổ quốc? Anh thua thiệt, so với Debbie, ngay cả thứ nhỏ nhặt nhất là anh chẳng có lấy một tấm ảnh ghi nhận về thời bể dâu. Anh trắng tay, trắng tận cùng của chữ trắng. Sạch bong, lạnh giá như màu tuyết.

Buồng phổi anh đang điều hoà với không gian nhốt ngập hương mùi riêng biệt của Debbie. Hình như Sylvie đang chiếm ngự phòng tắm, tiếng nước chảy như cơn mưa rơi ở tận phương xa len lỏi dỗ xuống giấc ngủ khó cưỡng chống, anh ngó tới cái MacBook Air của Debbie đặt trên bàn nhưng anh chẳng biết password để vọc tay vào lục soạn. Anh nhìn cái nịt vú móc ngang thành ghế và rồi mắt anh từ tốn đóng lại.

Nhà có ma. Anh nghe tiếng Sylvie thoảng nhẹ bên tai. Đồ đạc bọn tôi thỉnh thoảng bị xáo trộn dời đổi. Và rồi hôm nay thì Debbie bị xe đụng. Hồi nãy đứng tắm, sống lưng tôi nghe lạnh như kiểu có ai nhìn trộm. Có thấy người tôi đang run lên không? Tôi vừa khoá cửa lại, đêm nay tôi sẽ ngủ chung với anh trong phòng này, anh tin chuyện ma không? Sylvie choàng tay qua ôm siết lấy thân anh, da thịt cô có thể đang nổi ốc, mát lạnh như một cây kem đang tan vữa. Anh nhớ khúc phim về người Eskimo sống trong hầm nước đá, để chống lạnh họ cởi trần để ôm cứng lấy nhau, bu như sam. Có thể anh chưa bị lôi ra khỏi cơn mê, anh tự cởi áo quần mình trong vô thức. Anh ôm lấy Sylvie, nín thở để phát hiện thân nhiệt hai đứa vừa giao hoà nhau, vây bọc lấy nhau, ấm dần ấm dần cho tới nóng lên. Nóng đến độ cơ thể phải chảy nước. Sylvie nói: Em la lên nghe, biểu tỏ cái sướng để xua đuổi tà ma. May mà tối nay có anh, em không quen sống cu ki một mình trong căn nhà lạnh.

Anh thức dậy, mặt trời thập thò sau màn cửa sổ. Ngọn đèn trên đầu nằm chẳng có ai mó tay, chừng như nó thức suốt đêm. Cơ thể và tứ chi nghe rã rời cơ hồ năm canh đã bơi qua mặt sông rộng. Chăn nệm nhăn nhàu, con ma trong nhà đã bỏ đi, hết ôm hết bấu víu hết mè nheo lấy anh. Thường thì ma không dại để hiện hình giữa thiên thanh bạch nhật? Anh vào phòng tắm làm vệ sinh qua loa, chùi rửa thật kỹ một cái bàn chải đánh răng để đút vào mồm cọ xát cho bọt kem đầy tràn, suýt dợn ói. Hôm nay thứ mấy? Có thể Sylvie đã đi làm. Sự lặng yên trong căn nhà khiến anh hồi hộp, gây thứ cảm giác khó chịu. Anh dồn những vật dụng cá nhân mà Debbie căn dặn vào trong cái túi xách có in thương hiệu một siêu thị chuyên bán sản phẩm Organic. Bạn hãy chọn ăn lấy những thứ không bị ngâm tẩm hoá chất độc hại, bạn sẽ trường thọ ngoại trừ bạn ra đường không may bị xe đụng, ngoài ý muốn. Những đứa thập tử nhất sinh, nằm lặt lìa trên giường bệnh, hắn có mọc lên sự hối tiếc: Biết vậy tao đã ăn chơi không sợ mưa rơi, tao trả thù đời cho bõ kiếp người mãi cơ cực ép mình nghe theo bao điều răn vô bổ.

Chỉ qua một đêm, khuôn mặt Debbie xuống sắc thấy rõ. Em không ngủ được, một phần vì đèn sáng loà, vì nhiều tiếng động vang dội suốt hành lang. Em nghĩ tới chỗ nằm này, đã có biết bao cơ thể rời đi để biến thành hồn ma? Ngôi giáo đường ở phố cổ cũng có ma huống hồ là bệnh viện, phải không? Anh thò tay vào chăn để nắm lấy năm ngón lạnh, anh bóp nhẹ: Chỗ em thuê có ma thành ra em cứ ám ảnh tới thế giới vô hình nọ. Debbie nhăn mặt: Ai nói cái apt. ấy có ma? Bệnh nhân nằm giường kề cận ngóc đầu lên, hắn ngó anh với khuôn mặt thiếu máu. Cho dù là rơi vào tình huống tồi tệ nào chăng nữa, chuyện ma vẫn luôn thu cất sự hấp dẫn, lôi cuốn, muốn được đón nghe; và theo bình bầu chung thì ma quỷ phương Đông rùng rợn khốc liệt dữ dằn hơn quỷ ma phương Tây.

Debbie vọc tay vào cái túi xách kiểm soát xem những vật cần thiết nhờ ảnh mang tới giúp có sơ sót hoặc thừa thải. Cái gì đây? Anh lấy từ đâu ra? Nội y này là của con Sylvie mà. Đêm qua hai người đã làm gì nhau? Đầu gã "hàng xóm" càng lúc càng ngóc lên cao. Một đôi lúc chuyện ma cũng tầm thường thôi, không sánh được bằng chuyện ghen tuông mờ ám tình tiền tù tội. Đêm qua anh bị ma đè, anh nói đằng chỗ em thuê có ma là vì vậy. Con ma kia chỉ muốn trêu chọc hai ta, và cách duy nhất để chống chọi lại nó là khẩu quyết "đoàn kết thì sống, chia rẽ là chết". Chưa gì mà anh đã thế, mai này tôi chống gậy tật nguyền cà nhắc thì anh tha hồ lộng hành tác yêu tác quái!

Y tá đi vào trong lúc bệnh nhân bà chăm sóc đang trùm chăn lên tận đầu. Bệnh nhân run rẩy tuồng như đổ lệ tủi hờn mãi ấm ức. Y tá nói nhỏ với riêng anh: Ông nên đi về thì hay hơn, khi người ta bị chấn thương ở thể xác, tinh thần theo đó cũng yếu đuối đi. Trong thời gian tĩnh dưỡng này, khóc lóc là điều cần tránh, đêm qua anh John nằm giường bên có kể chuyện và cô Deb đã hưởng ứng bằng những nụ cười, theo tôi đó là phương thuốc chớ nên gián đoạn. Hiểu ở mặt nào đó, Deb và cá nhân tôi vô tình đã mang ơn anh John.

Anh bước ra khỏi bệnh viện, nhớ là đã hơn hai mươi bốn giờ qua miệng lưỡi chưa được thưởng thức một cốc cà phê. Anh tìm tới Starbucks, kêu một cốc đen đậm, nặng nhất mà cửa hiệu có bán. Nhấp môi hai bận thì chuông điện thoại đổ dồn trong túi áo. Tôi đây, đang ở đâu? Có nhớ không, là bọn mình cùng đi chợ Á đông mua nguyên vật liệu xong thì về nhà chung tay ninh hầm món phở? Ô kê, tôi đang ngồi ở Starbucks, chỗ gần bệnh viện đấy. Ô kê, mười phút nữa tôi lại, see you. Nhớ đấy, quán chẳng có ai, sợ ma chết khiếp!

Trong điện thoại thông minh, sóng dồn đẩy âm lượng tiếng cười trong vắt của Sylvie, nghe sướng lỗ tai. Chỉ có ma nữ mới tạo được giọng cười áp đảo thần hồn như vậy. Anh từng ngồi xếp bằng dưới gốc cây bồ đề, mắt mở thao láo canh me bóng dáng ma nữ đầy phép thuật diễu hành qua. Giữa cuộc đời điên đảo này đây, chỉ có ma nữ mới cứu chuộc ta ra khỏi cảnh địa ngục. Debbie, e rằng em cũng tin điều anh trải lòng là cả một sự thật!

CẨU XỰC

Sợi dây căng thẳng có khi chùng. Con chó như dẫn người đàn bà đi không giới hạn vào buồn vui vận tốc. Nó thích gằm đầu hôn hít bậy bạ, bờ hoa bụi cỏ rồi tìm gốc cây như thể ưa chơi trò trốn tìm. Ồ, hoá ra là chó mà cũng biết cả thẹn. Nghe nói ở bên mình, người ta bú mồm nhau thì lôi vào chỗ um tùm kín đáo còn thường khi việc tiểu tiện thì cứ vạch quần chu mõ huýt sáo mà đái giữa chốn thông thoáng thanh thiên bạch nhật. Sảng khoái cầm vòi vẽ rồng vẽ rắn vào tường vôi chưa đủ đậm mùi hôi khai.

Khi vật đứng ba chân sè sè nắm đất bên đàng, hai tay khổ chủ chỉ còn một, năm ngón tự động lôi từ túi áo ra cái bao ny-lông vệ sinh chốn công cộng, làm chủ tập thể, thể hiện nếp sống văn minh. Gần mực thì đen gần đèn thì sáng. Sông có khúc người có lúc. Lúc này tự dưng đâm yêu thú vật, mà nói nào ngay con cún này nó tình nghĩa với mình không bút mực nào tả xiết. Xẻ ruột đẻ ra đứa con chưa chắc nó "trả hiếu" bằng Lu nhà ta. Đi làm về nó chực sẵn sau cửa, cuống quýt tha dép tới cho mình thay giày. Nó bu sau mông đít mình mà thổ lộ nỗi nhớ mong, phụ giúp mình chuyện tha rác ra bỏ ngoài đường lộ. Thương hết biết!

Dắt chó đi dạo chẳng qua là nó muốn đi ngoài. Sợi dây căng, gượm đã, chờ tao hốt phân. Chốn đây kỳ khôi những sắp hạng: Trẻ con phụ nữ mèo chó mới tới kỳ cùng phàm phu tục tử. Giờ này ổng ngồi nhà chat chit với thằng em cách một đại dương, thi thoảng nghe má đứng hình trải lòng dặn dò, lập một danh sách dài toàn nhu yếu phẩm mang về kính lão đắc thọ. Má lóng rày coi bộ đã nhác chơi. Quê mình con Hương tội nghiệp bị uống nhầm thuốc giả, 13 tuổi vừa có kinh, xong biến thành tuổi nghi bất hoặc, không dưng tóc úa màu đành xem như quá độ tuổi thanh xuân, ai nào ngờ. Bởi vậy bà Quê gần 60 mà vẫn còn trinh, nói ra chẳng ai nghe còn trách bả "chảnh". Pilot trẻ trong xóm chả có ma nào ham lái máy bay bà già! Khổ thế! Người còn vậy huống chi hoa quả, trái mít đang xanh lè chích một liều hoá chất thành vàng lườm, mủ thôi rít tay và thơm ngọt đúng quy trình. Mãi chung đụng thứ này sớm có ngày phủi chân "leo lên nóc tủ ngắm gà khoả thân".

Bị chẳng ai trông con và chăm cún nên đành xốn lòng để ổng về mình ên. Em à chuyện bất đắc dĩ thôi mà. Bản thân anh rất ngại đường xa, dắt con Lu đi loanh quanh đã nghe oải huống hồ ngồi chết cứng gần ngày trời trên máy bay. Bả sắp xuống lỗ rồi, chuyến này về có thể nhìn nhau một lần cuối. Khi xưa học thuộc lòng câu: "Đi cho biết đó biết đây, ở nhà với mẹ biết ngày nào khôn". Giờ này khôn dại chưa tường nhưng là thời điểm phải ở nhà với mẹ. Chỉ một tháng thôi em à, 30 ngày phù du, một chợp mắt.

Lão vác hành lý ra đi, kêu taxi, bộ tịch xẳng xái. Con Lu đứng nhìn chả thèm vẫy đuôi. Thằng con mới có 12 tuổi, phát ngôn như trong phim bộ: Mom thiệt dại khờ khi thả hổ về rừng. Con nghe bạn học "say": Ở bển có tiền mua tiên dễ như ăn cháo, tha hồ húp, nóng hổi vừa thổi vừa ăn. Người đóng vai mom hát thầm nhạc vàng boléro "một mai xa cơn mê, xa cuộc đời bềnh bồng, ta lại về bên nhau". Mệt mày quá, tao dắt con Lu ra công viên hít thở khí trời cho điều hoà kinh mạch.

Thằng em chở lão trên xe gắn máy dềnh dàng. Như giao hẹn, thổ công đã chí tình dắt ông anh khúc ruột ngàn dặm đi thư giãn tới bến. Đã quá mày! Về đây tao nghe như vừa trẻ lại 10 tuổi. Nhằm nhò gì ba cái lẻ tẻ, sợ mình không lắm bổi thôi chứ tam cung lục viện có cả tỉ món đồi truỵ. Mày đừng vui miệng kẻo bà già nghe được thì thêm giảm thọ. Chưa kể bả mét cho con vợ tao hay thêm bù lu bù loa rách hết chuyện đại sự. Nàng bế môn toả cảng, nàng đóng cửa không cho bận sau ló mặt đi giao lưu linh tinh.

Xe tấp vào một quán nhậu, khói thịt nướng thơm điếc cả mũi. Bia ngoại mang ra cùng món đặc sản. Cậu em cụng bia: Chúc sức khoẻ, mừng anh thôi xa quê hương nhớ mẹ hiền. Mày gọi món này ngon a! Thịt con gì thơm quá mạng? Đứa em vốn không quen nói ra sự thật, hắn lấp liếm: Là thịt heo sữa đấy, chúng được tẩm hương liệu của Trung quốc nên thơm ngon là chuyện ắt phải có. Kêu thêm đĩa giả cầy nữa nhé? Ừ, mày cứ vô tư đi mà. Đồ nhắm quán này ngon nhức răng. Ông Việt kiều ham ăn nhậu, ham dòm cô phục vụ viên ăn vận thông thoáng nên không thấy đằng sau tủ kính treo lủng lẳng cả chục con chó co quắp hình hài khi thịt bị thui, bị nướng, bị quay, bị nung lửa...

Chỗ hai anh em ngồi nhậu, đồng hồ điểm 10 giờ đêm. Nhưng nơi công viên xứ lạ lại là 10 giờ sáng. Sợi dây trong tay người đàn bà bị vuột khỏi năm ngón, con Lu phóng rượt theo một trái banh từ cú sút sai mục tiêu của một đứa mơ làm cầu thủ. Trái bóng bay khỏi sân cỏ dội thình thịch xuống đường nhựa. Tiếng đạp thắng gấp rút của một chiếc xe vừa vụt ngang, chấm dứt hai tiếng kêu cùng lần: Chó và người đàn bà lạc giọng. Máu từ tốn chảy, mặt đất từ tốn hút lấy. Nước mắt người đàn bà đổ ra, hoen mờ, thác lũ. Hai tròng con Lu không nhắm, nó nhìn lên người đàn bà với thứ nỗi niềm câm lặng. Chẳng mấy lâu, từ hố mắt thăm thẳm kia ứa ra một giọt lệ. Người đàn bà ngồi bệt xuống đường, cong lưng phủ che lên xác chó thân thương. Bà gào lên: Lu. Lu ơi... Lu ơi! Bà khóc thành tiếng, nước mắt nóng hổi rơi vào, đọng trong đôi mắt trừng mở. Lu, Lu ơi. Bà đưa tay vuốt mắt.

MỤC LỤC

NHÂN ẢNH
2024

Liên lạc tác giả:
Email:

Liên lạc Nhà xuất bản

NHÂN ẢNH
E.mail: han.le3359@gmail.com
(408) 722-5626

www.ingramcontent.com/pod-product-compliance
Lightning Source LLC
LaVergne TN
LVHW040440051026
849517LV00002B/696
* 9 7 9 8 3 3 0 2 0 0 5 7 3 *